NAKAKAIN NG SCANDINAVIAN BUKSAN

Gumagawa ng 100 Tunay na Scandinavian Mga lasa mula sa Scratch

María Cristina Garcia

Copyright Material ©2023

Lahat ng Karapatan ay Nakalaan

Walang bahagi ng aklat na ito ang maaaring gamitin o ipadala sa anumang anyo o sa anumang paraan nang walang wastong nakasulat na pahintulot ng publisher at may-ari ng copyright, maliban sa mga maikling sipi na ginamit sa isang pagsusuri. Ang aklat na ito ay hindi dapat ituring na kapalit ng medikal, legal, o iba pang propesyonal na payo.

TALAAN NG MGA NILALAMAN

TALAAN NG MGA NILALAMAN 3

PANIMULA 6

BREAKFAST 8

    1. Norwegian Krumkake 9
    2. Swedish Saffron Waffles 12
    3. Mga Swedish Pancake 14
    4. Tinapay ng Pasko ng Norwegian 16
    5. Mga Pancake ng Norwegian 18
    6. Danish Rum Raisin Muffins 20
    7. Danish Egg Salad 22
    8. Swedish Saffron Buns (Saffransbröd) 24
    9. Swedish hash meal 27
    10. Swedish Oven Pancake 29
    11. Danish Rye Bread 31
    12. Lefsa (Norwegian Potato Bread) 33
    13. Danish Rye Cereal 35
    14. Swedish Flatbread 37
    15. Swedish Beer Bread 39
    16. Raggmunk (Swedish Potato Pancake) 42
    17. Danish feta at spinach Waffle 44
    18. Egg, ham, at cheese Crêpes 46
    19. Norwegian Boller Buns 48

MGA MERYENDA 50

    20. Danish Kringler 51
    21. Danish Aebleskiver 53
    22. Swedish Aniswe Twists 55
    23. Danish Dandies (Danske Smakager) 57
    24. Mga pampagana ng Swedish meat ball 59
    25. Norwegian Sugared Nuts 61
    26. Danish Snails 63
    27. Mga Norwegian Almond Bar 65
    28. Mga bola-bola ng manok na Norwegian 67
    29. Norwegian meat balls sa grape jelly 69

COOKIES 71

    30. Napoleon's Hat Cookie Mix 72
    31. Fattigmann (Norwegian Christmas Cookies) 74
    32. Swedish Christmas Crescents 76
    33. Pepparkakor (Swedish Ginger Cookies) 78
    34. Swedish Thumb Cookies 80
    35. Swedish Oatmeal Cookies 82

36. Swedish Butter Cookies 85
37. Swedish Spritz Cookies 87
38. Swedish Ginger Cookies 89
39. Swedish Orange Gingernaps 91
40. Norwegian Molasses Cookies 93
41. Swedish Almond Crescents 95

MGA SAUSAGE 97

42. Danish na Liverwurst 98
43. Danish na Pork Sausage 100
44. Swedish Potato Sausage 102
45. Danish Mga sungay ng Oxford 104
46. Norwegian sausage 106

PANGUNAHING PAGKAIN 108

47. Swedish Janssons Frestelse Lasagna 109
48. Dilled Swedish Veal Roast 111
49. Mga Hamburger na may Sibuyas, Swedish Style 114
50. Norwegian Poached Salmon na may Anchovy Butter 116
51. Swedish Meat Loaf 118
52. Swedish Dilled Roast Beef 120
53. Gravlax (Swedish Sugar at Salt Cured Salmon) 122
54. Swedish Chicken Salad 125
55. Norwegian Juniper-Cured Salmon 127
56. Swedish Style Steak 129
57. Norwegian Pea Soup 131
58. Salmon na may inihaw na sibuyas 133

GILID AT SALAD 136

59. Norwegian Meat Salad 137
60. Danish Crisp Onions 139
61. Danish Feta Cheese-Broiled Tomatoes 141
62. Norwegian Lobster na may Patatas at Cream Salad 143
63. Swedish Baked Beans 146
64. Norwegian Baked Apples 148
65. Danish Cabbage Rolls 150
66. Swedish Cole-Slaw na may Fennel 153
67. Swedish Rutabagas 155
68. Danish Cucumber Salad 157
69. Norwegian Parsley Potatoes 159

PRUTAS SOUPS 161

70. Danish na Apple Soup 162
71. Norwegian Blueberry Soup 164
72. Danish Apple Soup na may Prutas at Alak 166
73. Danish na Matamis na Sopas 168

74. Norwegian Fruit Soup (Sotsuppe) 170

DESSERT 172

    75. Suweko prutas sa liqueur 173
    76. Swedish chocolate dessert konungens tarts..................................175
    77. Danish Blue Cheese Pie 178
    78. Norwegian Almond Pudding 181
    79. Swedish Sponge Cake 183
    80. Vegan Swedish Cinnamon Rolls (Kanelbullar) 185
    81. Swedish Puff Coffee Cake 188
    82. Swedish Cheese Custard 191
    83. Swedish Cream na may Berries 193
    84. Danish Cones 195
    85. Norwegian Christmas Pudding..197
    86. Swedish Lingonberry Pavlova 199
    87. Swedish Chocolate Cake 201
    88. Norwegian Coffee Cake "Kringlas" 203
    89. Danish Apple at Prune Cake 205
    90. Norwegian Rhubarb Dessert 207
    91. Swedish Tosca 209
    92. Panganib sa Norwegian 212
    93. Danish fondue 214
    94. Swedish Cheese Pie 216
    95. Norwegian salmon tarts 218

MGA INUMAN 221

    96. Diyos Hammer 222
    97. Doktor 224
    98. Swedish Coffee Mix 226
    99. Swedish Spear 228
    100. Danish na Kape 230

KONGKLUSYON 232

PANIMULA

Sa kaakit-akit na larangan ng "NAKAKAIN NG SCANDINAVIAN BUKSAN," ipinaaabot namin ang isang mainit na paanyaya na isawsaw ang iyong sarili sa mapang-akit na lasa ng North, kung saan ang sining ng scratch-made na pagluluto ay ginagawang isang culinary masterpiece ang bawat ulam. Ang cookbook na ito ay nagsisilbing isang gateway upang tuklasin ang masaganang tapiserya ng Scandinavian cuisine, na binubuksan ang mga lihim at tradisyon na nagpaangat sa hilagang mga kasiyahang ito sa isang larangan ng culinary fascination.

Isipin ang matahimik na mga fjord, ang mga luntiang kagubatan, at ang matalik na kusina ng Scandinavia, kung saan ang bawat pagkain ay isang symphony ng pagiging simple, pagiging bago, at isang malalim na koneksyon sa masaganang likas na kayamanan ng rehiyon. Ang "NAKAKAIN NG SCANDINAVIAN BUKSAN" ay hindi lamang isang compilation ng mga recipe; ito ay isang komprehensibong gabay, na humihikayat sa iyo na gumawa ng 100 tunay na Scandinavian na lasa sa ginhawa ng iyong sariling kusina—isang paglalakbay na direktang nagdadala ng kakanyahan ng North sa iyong mesa.

Sa pagsisimula mo sa culinary odyssey na ito, ihanda ang iyong sarili upang i-unlock ang buong potensyal ng iyong kusina. Masiyahan sa pagtuklas ng pakikipagtulungan sa mga lokal na pinagkukunan na sangkap, pagpapahusay sa mga diskarteng pinarangalan ng panahon, at pagbibigay sa iyong mga likha ng init at pagiging tunay na tumutukoy sa puso ng Scandinavian home cooking. Naaakit ka man sa masarap na symphony ng smørrebrød o sa matamis na pang-akit ng mga Nordic treat, ang bawat recipe sa loob ng mga page na ito ay isang portal patungo sa mismong kaluluwa ng North—isang lugar kung saan ang bawat kagat ay nagsasalaysay ng kuwento ng yaman ng kultura at pamana sa pagluluto.

Samahan kami sa paghahayag ng mga lihim na nakatago sa puso ng mga Scandinavian eats. Ang bawat scratch-made na likha ay isang taos-pusong pagpupugay sa pangmatagalang kaakit-akit ng Nordic gastronomy, kung saan ang pagiging tunay ang naghahari. Nawa'y umalingawngaw ang iyong kusina sa nakakaaliw na aroma ng dill, ang hindi mapag-aalinlanganang esensya ng rye, at ang lubos na kasiyahang nakuha sa paggawa ng mga tunay na lasa na ito gamit ang iyong sariling mga kamay.

Kaya, hayaan ang pakikipagsapalaran sa pagluluto. Nawa'y maging gabay mo ang "NAKAKAIN NG SCANDINAVIAN BUKSAN", na humahantong sa iyo sa mga kahanga-hangang gustatory of the North, at nawa'y mapuno ang iyong kusina ng diwa ng Nordic hospitality at ang walang hanggang pang-akit ng scratch-made Scandinavian delight. Skål!

BREAKFAST

1. Norwegian Krumkake

MGA INGREDIENTS:
- 1 tasang all-purpose na harina
- ½ tasa ng butil na asukal
- 2 malalaking itlog
- ½ tasang unsalted butter, natunaw
- ½ tasang mabigat na cream
- ½ kutsarita ng ground cardamom (opsyonal)
- ½ kutsarita vanilla extract
- Powdered sugar para sa pag-aalis ng alikabok (opsyonal)

ESPESYAL NA APARATO:
- Krumkake iron (isang espesyal na waffle cone maker)
- Krumkake cone roller (para sa paghubog ng waffle para maging cone)

MGA TAGUBILIN:

a) Sa isang mixing bowl, haluin ang harina at asukal.
b) Sa isang hiwalay na mangkok, talunin ang mga itlog. Idagdag ang tinunaw na mantikilya, mabigat na cream, cardamom (kung ginagamit), at vanilla extract. Haluin hanggang sa maayos na pinagsama.
c) Ibuhos ang mga basang sangkap sa mga tuyong sangkap at haluin hanggang sa magkaroon ka ng makinis na batter. Ang batter ay dapat na katulad sa pagkakapare-pareho sa pancake batter.
d) Painitin muna ang iyong krumkake iron ayon sa mga direksyon ng gumawa.
e) Bahagyang grasa ang mainit na krumkake na bakal gamit ang cooking spray o tinunaw na mantikilya.
f) Kutsara ang humigit-kumulang 1 kutsara ng batter sa gitna ng bakal at isara ito nang mahigpit.
g) Lutuin ang krumkake sa loob ng mga 20-30 segundo o hanggang sa ginintuang kayumanggi. Pagmasdan itong mabuti upang maiwasan ang pagkasunog.
h) Maingat na alisin ang krumkake mula sa bakal gamit ang isang tinidor o spatula at agad na igulong ito sa hugis ng kono gamit ang isang krumkake cone roller. Mag-ingat, dahil ang krumkake ay magiging mainit.
i) Ilagay ang pinagsamang krumkake sa isang wire rack upang palamig at itakda. Ito ay magiging malutong habang lumalamig.
j) Ulitin ang proseso sa natitirang batter, lagyan ng grasa ang bakal sa bawat oras.
k) Kapag ang mga krumkake cone ay lumamig at naging malutong, maaari mong alikabok ang mga ito ng may pulbos na asukal, kung ninanais.
l) Ihain ang mga krumkake cone ayon sa dati o punuin ang mga ito ng whipped cream, preserve ng prutas, o iba pang matatamis na palaman na gusto mo.
m) Mag-imbak ng anumang natitirang krumkake sa lalagyan ng airtight para mapanatili ang crispness nito.

2. Swedish Saffron Waffles

MGA INGREDIENTS:
- 2 tasang all-purpose na harina
- ½ tasa ng butil na asukal
- 1 kutsarang baking powder
- ¼ kutsarita ng asin
- ½ kutsarita ng ground cardamom
- ½ kutsarita na mga sinulid ng safron
- 2 ½ tasa ng gatas
- ½ tasang unsalted butter, natunaw at pinalamig
- 2 malalaking itlog
- Whipped cream at lingonberry jam, para sa paghahatid (opsyonal)

MGA TAGUBILIN:

a) Sa isang maliit na mangkok, durugin ang mga sinulid ng safron gamit ang mortar at pestle hanggang sa mailabas nila ang kanilang aroma at kulay.

b) Sa isang malaking mixing bowl, haluin ang harina, asukal, baking powder, asin, ground cardamom, at durog na safron.

c) Sa isang hiwalay na mangkok, haluin ang gatas, tinunaw na mantikilya, at mga itlog hanggang sa maayos na pagsamahin.

d) Ibuhos ang mga basang sangkap sa mga tuyong sangkap at haluin hanggang sa magkaroon ka ng makinis na batter. Ang batter ay dapat magkaroon ng isang pourable consistency.

e) Takpan ang batter at hayaan itong magpahinga sa temperatura ng kuwarto ng mga 30 minuto upang hayaang maghalo ang mga lasa.

f) Painitin muna ang iyong waffle iron ayon sa mga tagubilin ng gumawa.

g) Bahagyang grasa ang mainit na waffle iron gamit ang cooking spray o tinunaw na mantikilya.

h) Ibuhos ang isang bahagi ng batter sa gitna ng bakal, gamit ang inirerekomendang halaga ayon sa laki ng iyong waffle iron.

i) Isara ang waffle iron at lutuin hanggang sa maging golden brown at malutong ang saffron waffles.

j) Maingat na alisin ang saffron waffles mula sa bakal at ilagay ang mga ito sa isang wire rack upang bahagyang lumamig.

k) Ulitin ang proseso sa natitirang batter, lagyan ng grasa ang bakal sa bawat oras.

l) Ihain ang saffron waffles nang mainit-init, alinman sa dati o may isang maliit na piraso ng whipped cream at isang kutsarang puno ng lingonberry jam sa itaas.

3. Mga Swedish Pancake

MGA INGREDIENTS:
- 4 na sobrang malalaking itlog, pinaghiwalay
- 1 tasang all-purpose na harina
- 1/2 kutsarita ng asin
- 2 kutsarang puting asukal
- 1 tasang gatas
- 3 kutsarang kulay-gatas
- 4 na puti ng itlog
- 3 kutsarang langis ng gulay

MGA TAGUBILIN:

a) Talunin ang mga pula ng itlog sa isang medium-size na mangkok ng paghahalo hanggang sa ito ay maging makapal. Pagsamahin ang asukal, asin at harina sa isang hiwalay na mangkok. Dahan-dahang idagdag ang pinaghalong asukal at gatas sa whisked egg yolks. Ihalo sa kulay-gatas.

b) Talunin ang mga puti ng itlog sa isang medium-size na mangkok ng paghahalo, siguraduhing hindi ito tuyo, ngunit matigas. I-fold ang mga puti ng itlog sa batter.

c) Ibuhos ang isang maliit na halaga ng langis sa isang kawali o kawaling pinainit sa isang mataas na temperatura. Magdagdag ng humigit-kumulang 1 kutsara ng batter sa kawali at ikalat ang batter nang pantay-pantay. Painitin ang pancake hanggang mag-brown ang isang gilid.

d) Ibalik ang pancake kapag ang ibabaw ay may mga bula. Painitin ang kabilang panig hanggang sa ito ay maging kayumanggi at ulitin ang prosesong ito na may natitirang batter.

4.Tinapay ng Pasko ng Norwegian

MGA INGREDIENTS:
- 2 pack Dry yeast
- ½ tasa ng maligamgam na tubig
- 1 kutsarita ng Asukal
- 1 tasang Gatas, pinaso
- ½ tasang mantikilya
- 1 Itlog, pinalo
- ½ tasang Asukal
- ½ kutsarita ng Asin
- ¾ kutsarita ng Cardamom
- 5 tasang harina, humigit-kumulang
- ½ tasa ng Citron, gupitin
- ½ tasa ng Candied cherries, gupitin
- ½ tasa puting pasas

MGA TAGUBILIN:
a) I-dissolve ang lebadura sa maligamgam na tubig na may kaunting asukal.
b) Magpainit ng gatas at magdagdag ng mantikilya; malamig hanggang maligamgam. Magdagdag ng itlog at pagkatapos ay ang yeast mixture.
c) Magdagdag ng asukal, asin, at cardamom. Talunin sa 2 tasa ng harina at haluing mabuti.
d) Paghaluin ang prutas na may kaunting natitirang harina upang hindi magdikit at idagdag sa pinaghalong.
e) Haluin ang natitirang harina. Masahin sa isang telang may harina hanggang makinis. Ilagay sa isang mangkok na may mantika. Takpan at hayaang tumaas hanggang dumoble.
f) Hatiin ang kuwarta sa dalawang bahagi at bumuo ng mga bilog na tinapay. Ilagay sa greased cookie sheet o pie pan. Hayaang tumaas hanggang halos doble.
g) Maghurno sa 350 degrees Fahrenheit sa loob ng 30 hanggang 40 minuto.
h) Habang mainit-init, magsipilyo ng malambot na mantikilya o palamutihan ng powdered sugar icing na may halong almond flavoring, pagkatapos ay magdagdag ng mga almendras at higit pang mga minatamis na seresa.

5.Mga Pancake ng Norwegian

MGA INGREDIENTS:
- 1 kutsara Natunaw na mantikilya
- ⅔ tasa ng Gatas
- 2 Mga pula ng itlog
- 2 puti ng itlog
- ¼ tasa ng makapal na cream
- 1 kutsarita ng baking powder
- ½ tasang harina

MGA TAGUBILIN:
a) Paghaluin ang harina, baking powder, gatas, at pula ng itlog sa isang magandang makinis na batter.
b) Idagdag ang cream at tinunaw na mantikilya.
c) Talunin ang mga puti ng itlog hanggang sa matigas, pagkatapos ay tiklupin ang mga ito sa batter.
d) Iprito ang batter sa isang 8-12" na kawali.
e) Kapag pinirito, ikalat ang jam ng anumang uri sa pancake, pagkatapos ay tiklupin ito sa apat at magsilbing dessert.

6.Danish Rum Raisin Muffins

MGA INGREDIENTS:
- 1 tasang pasas
- 1 tasa ng maitim na rum
- 2 tasang harina
- ½ tasang Asukal
- 1½ kutsarita Baking powder
- ½ kutsarita ng baking soda
- ¼ kutsarita ng Asin
- ¼ kutsarita ng Nutmeg
- ¾ Dumikit ng mantikilya
- 1 tasa ng kulay-gatas
- 1 Itlog
- ¾ kutsarita ng Vanilla

MGA TAGUBILIN:
a) Ibabad ang mga pasas sa rum magdamag. Patuyuin at ireserba ang rum.
b) Sa isang malaking mangkok, paghaluin ang mga tuyong sangkap na harina, asukal, baking powder, baking soda, asin, at nutmeg.
c) Hiwain ang mantikilya hanggang ito ay maging katulad ng magaspang na pagkain.
d) Ihalo ang pinatuyo na mga pasas.
e) Sa isang hiwalay na mangkok, haluin ang kulay-gatas, itlog, banilya, at 2 kutsarang rum hanggang sa makinis.
f) Gumawa ng isang balon sa mga tuyong sangkap at ibuhos ang basang timpla.
g) Punan ang muffin lata ¾ puno ng batter.
h) Maghurno sa isang preheated 375°F (190°C) oven hanggang mag-brown, mga 20 minuto.

7. Danish Egg Salad

MGA INGREDIENTS:
- ½ libra Mga frozen na gisantes
- 1 lata (2.25-oz) maliit na hipon
- 6 Itlog; pinakuluan ng 10 minuto
- 3 onsa Pinausukang salmon
- 1½ ounces Mayonnaise
- 4 onsa kulay-gatas
- Asin at paminta sa panlasa
- 1 kurot ng Asukal
- ¼ limon; katas ng
- ½ bungkos ng perehil; tinadtad
- 1 kamatis
- Mga piraso ng perehil

MGA TAGUBILIN:
a) Magluto ng mga gisantes ayon sa mga tagubilin sa pakete; alisan ng tubig at hayaang lumamig.
b) Alisan ng tubig ang hipon.
c) Balatan at hiwain ang pinakuluang itlog.
d) Gupitin ang pinausukang salmon sa maliliit na piraso.
e) Paghaluin ang lahat ng mga sangkap.
f) Ihanda ang marinade sa pamamagitan ng pagsasama-sama ng mayonesa, kulay-gatas, asin, paminta, asukal, tinadtad na perehil, at lemon juice sa panlasa.
g) Maingat na pagsamahin ang lahat ng mga sangkap at palamigin sa loob ng 10-15 minuto.
h) Balatan ang kamatis at gupitin ito sa mga wedges.
i) Palamutihan ang salad na may mga piraso ng perehil.

8. Swedish Saffron Buns (Saffransbröd)

MGA INGREDIENTS:
- ½ kutsarita na pinatuyong safron na sinulid
- 1 tasa kalahati at kalahati
- 2 sobre ng tuyong lebadura
- ¼ tasa ng maligamgam na tubig
- 1 kutsarang asukal
- ⅓ tasa ng asukal
- 1 kutsarita ng asin
- ⅓ tasa ng unsalted butter
- 1 itlog, pinalo
- 4 na tasang sinala ng harina, o kung kinakailangan
- 1 pula ng itlog na pinalo na may 1 kutsarang gatas
- 1 itlog puti, pinalo
- Mga pasas o currant, para sa mga dekorasyon
- Bukol na asukal, durog
- Grated blanched almonds

MGA TAGUBILIN:
a) Durugin ang tuyong safron hanggang sa pinong pulbos at itulak sa 1 o 2 kutsarang maligamgam na kalahati at kalahati sa loob ng 10 minuto.
b) Budburan ang lebadura sa ¼ tasa ng maligamgam na tubig, magdagdag ng 1 kutsarang asukal, takpan nang bahagya, at itabi sa isang mainit na lugar sa loob ng 5 hanggang 10 minuto, o hanggang mabula.
c) Painitin ang natitirang kalahati at kalahati at magdagdag ng ⅓ tasa ng asukal, asin, at mantikilya. Haluin hanggang matunaw ang mantikilya. Palamig hanggang maligamgam.
d) Idagdag ang scalded mixture sa yeast mixture kasama ng strained saffron milk at 1 beaten egg. Haluing mabuti.
e) Dahan-dahang haluin ang harina hanggang sa maging makinis at hindi malagkit ang timpla ngunit malambot at malambot pa rin. Masahin ng 10 minuto o hanggang sa makintab at nababanat.
f) Ilagay ang kuwarta sa isang mangkok na may bahagyang harina, lagyan ng harina ang tuktok ng kuwarta, takpan nang maluwag, at itakda itong tumaas sa isang sulok na walang draft hanggang doble nang maramihan, mga 1½ oras.
g) Punch ang kuwarta at masahin ng 2 o 3 minuto. Hugis ito sa mga anyo (para sa "mga pusa" tulad ng inilarawan sa ibaba). Hayaang tumaas ito

ng 30 minuto at maghurno sa isang preheated 400°F oven sa loob ng 10 minuto. Bawasan ang init sa 350°F at maghurno ng 30 minuto pa, o hanggang sa ginintuang kayumanggi.

Lussekatter - Lucia Cats:

h) Kurutin ang maliliit na piraso ng kuwarta at igulong ang mga ito sa mga hugis ng sausage na 5-7 pulgada ang haba.

i) Pagsama-samahin ang mga pirasong ito nang magkapares, kurutin ang mga sentro upang pagsamahin ang mga ito at i-coiling ang apat na dulo.

j) Brush na may egg yolk glaze at i-bake.

k) Gamit ang isang maliit na puti ng itlog, magdikit ng pasas o currant sa gitna ng bawat coil ng mainit na buns.

9.Swedish hash meal

MGA INGREDIENTS:
- 1 at 1/2 kutsarang langis ng oliba
- 1/2 kg na patatas, binalatan at tinadtad
- 1 katamtamang sibuyas, hiniwa nang pino
- 5 ounces pinausukang baboy, diced
- 5 ounces ham, diced (mga 1/2 cup, heaping)
- 10 ounces sausage, diced (mga 300 gramo)
- asin at paminta, para sa pampalasa
- perehil, tinadtad nang halos para sa dekorasyon

MGA TAGUBILIN:
a) Maglagay ng daluyan o malaking kawali sa katamtamang init, pagkatapos ay magdagdag ng mantika.
b) Kapag mainit na ang mantika, idagdag ang tinadtad na patatas.
c) Lutuin hanggang kalahating tapos ang patatas.
d) Idagdag ang mga sibuyas, asin, at paminta.
e) I-adjust ang init sa medium at lutuin ng mga 4 na minuto o hanggang lumambot ang mga sibuyas.
f) Idagdag ang pinausukang baboy, ham, at sausage.
g) Lutuin hanggang handa ang mga patatas, sabay-sabay na suriin at ayusin ang pampalasa sa panahong ito.
h) Alisin ang kawali sa init at ilipat sa mga plato.
i) Ihain kasama ng ilang adobo na beets at pritong itlog.

10.Swedish Oven Pancake

MGA INGREDIENTS:
- 3 tasang Gatas
- 4 na malalaking Itlog
- 2 tasang harina
- 4 na kutsarang Mantikilya, natunaw
- 1 kutsarita ng Asin
- 2 kutsarang Asukal

MGA TAGUBILIN:
a) Talunin ng mabuti ang mga itlog.
b) Magdagdag ng gatas, tinunaw na mantikilya, asin, at harina.
c) Maghurno sa 9 X 13 na kawali na may mantika sa 425°F oven sa loob ng 25-30 minuto.
d) Gupitin sa mga parisukat at ihain kaagad na may mantikilya at syrup.

11. Danish Rye Bread

MGA INGREDIENTS:
Araw 1
- 2 tasa (500 ml) ng tubig, temperatura ng silid
- 3 tasa (300 g) buong butil na harina ng rye
- 1 oz. (25 g) rye sourdough starter

Araw 2
- 4 na tasa (1 litro) ng tubig, temperatura ng kuwarto
- 8 tasa (800 g) buong butil na harina ng rye
- 2 tasa (250 g) buong harina ng trigo
- 2 Kutsara (35 g) asin
- 4½ oz. (125 g) mga buto ng mirasol
- 4½ oz. (125 g) buto ng kalabasa
- 2½ oz. (75 g) buong flaxseed

MGA TAGUBILIN:
a) Paghaluin nang mabuti ang mga sangkap at hayaang tumayo sa temperatura ng kuwarto magdamag.
b) Pagsamahin ang kuwarta na ginawa noong nakaraang araw sa mga bagong sangkap . Paghaluin nang lubusan para sa mga 10 minuto.
c) Hatiin ang kuwarta sa tatlong 8 × 4 × 3 pulgada (1½ litro) na kawali. Ang mga kawali ay dapat punan lamang ng dalawang katlo ng paraan. Hayaang tumaas ito sa isang mainit na lugar sa loob ng 3-4 na oras.
d) Paunang Temperatura ng Oven: 475°F (250°C)
e) Ilagay ang mga kawali sa oven at bawasan ang temperatura sa 350°F (180°C). Magwiwisik ng isang tasa ng tubig sa sahig ng oven. Maghurno ng mga tinapay sa loob ng 40-50 minuto.
f) Araw 2: Paghaluin ang natitirang sangkap sa starter.
g) Haluing mabuti ang kuwarta sa loob ng mga 10 minuto.
h) Ilagay ang kuwarta sa isang 8 × 4 × 3-inch na loaf pan (1 1/2 liters). Punan ang kawali nang hindi hihigit sa dalawang-katlo ng daan patungo sa itaas. Hayaang tumaas hanggang ang masa ay umabot sa gilid ng kawali.

12. Lefsa (Norwegian Potato Bread)

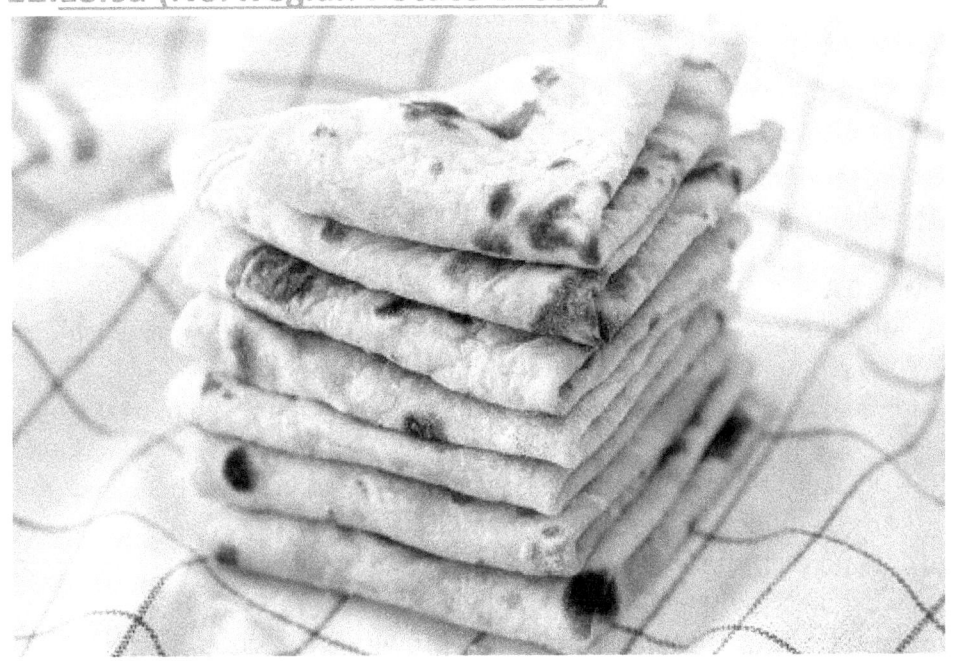

MGA INGREDIENTS:
- 3 tasang Instant Hungry Jack mashed patatas
- 1 kutsarita ng Asin
- ¼ tasa ng margarin
- 1 tasang Gatas
- 1 tasang harina
- Mantikilya at brown sugar sa panlasa

MGA TAGUBILIN:

a) Matunaw ang margarine at asin sa 1 tasa ng tubig na kumukulo. Ibuhos ang timpla sa instant mashed patatas at haluin.

b) Magdagdag ng 1 tasa ng gatas at 1 tasa ng harina; haluin, pagkatapos ay palamig sa refrigerator.

c) Igulong ang timpla sa mga bolang kasinglaki ng bola ng golf, pagkatapos ay igulong nang manipis.

d) Lutuin sa isang mainit na kawaling-dagat (namanihan ng bahagya), bahagyang browning sa magkabilang panig.

e) I-roll up ang lefsa na may butter at brown sugar sa loob. Bilang kahalili, maaari mong palitan ang iba pang mga pagpuno ayon sa iyong kagustuhan.

13. Danish Rye Cereal

MGA INGREDIENTS:
- 1 tasa Buong rye berries, hindi naproseso
- 2 kutsarita Ground cinnamon
- 1 kutsarita ng Caraway seeds
- 1 kutsara Vanilla extract
- 3 tasang Tubig
- ¼ tasa ng mga pasas
- Ricotta cheese (opsyonal)
- Asukal (opsyonal)

MGA TAGUBILIN:
a) Pagsamahin ang lahat ng sangkap maliban sa mga pasas, ricotta, at asukal sa isang kasirola; haluing mabuti.
b) Painitin hanggang kumulo.
c) Bawasan ang init upang kumulo at lutuin, natatakpan, sa loob ng 1 oras. Haluin paminsan-minsan; magdagdag ng mas maraming tubig kung kinakailangan upang maiwasan ang pagkapaso.
d) Sa huling 15 minuto ng oras ng pagluluto, magdagdag ng mga pasas.
e) Itaas ang bawat serving na may isang maliit na piraso ng ricotta cheese at asukal, kung ninanais.

14. Swedish Flatbread

MGA INGREDIENTS:
- 2 tasang puting harina
- ¾ tasa ng harina ng rye
- ¼ tasa ng Asukal
- ½ kutsarita ng baking soda
- ½ kutsarita ng Asin
- ½ tasa mantikilya o margarin
- 1 tasang mantikilya
- 2 kutsarang Fennel seed

MGA TAGUBILIN:
a) Sa isang mangkok, paghaluin ang puting harina, harina ng rye, asukal, asin, at baking soda.
b) Gupitin sa margarine hanggang sa ang timpla ay maging katulad ng mga pinong mumo.
c) Haluin ang buttermilk at magdagdag ng mga buto ng haras, gamit ang isang tinidor, hanggang sa magkadikit ang pinaghalong.
d) Hugis ang kuwarta sa maliliit na bola at igulong ang mga ito sa isang floured board upang makagawa ng napakanipis na bilog, mga apat hanggang limang pulgada ang lapad.
e) Maghurno sa mga unreased sheet sa 375°F sa loob ng mga limang minuto o hanggang sa maging matingkad na kayumanggi ang mga ito.

15. Swedish Beer Bread

MGA INGREDIENTS:
- 1 pack ng dry yeast
- 1 kutsarita Granulated sugar
- ½ tasa ng Tubig, mainit-init (100°F)
- 2 tasang Beer, pinainit hanggang maligamgam
- ½ tasang Honey (adjust sa panlasa)
- 2 kutsarang Mantikilya, natunaw
- 2 kutsarita ng Asin
- 1 kutsarita Cardamom, giniling (opsyonal)
- 1 kutsarang buto ng Caraway, dinurog, o ¾ kutsarita ng Anis, dinurog
- 2 tablespoons Orange alisan ng balat, sariwa o minatamis, tinadtad
- 2½ tasa ng harina, rye
- 3 tasang Flour, hindi pinaputi

MGA TAGUBILIN:
a) I-dissolve ang lebadura at asukal sa maligamgam na tubig sa isang malaking mangkok at patunayan sa loob ng limang minuto.
b) Pagsamahin ang beer, honey, tinunaw na mantikilya, at asin. Haluing mabuti at idagdag sa yeast mixture.
c) Magdagdag ng cardamom, dinurog na caraway seeds o aniseed, at tinadtad na balat ng orange. Haluing mabuti.
d) Paghaluin ang mga harina, pagkatapos ay magdagdag ng tatlong tasa ng halo na ito sa likido. Matalo ng mabilis.
e) Takpan ng isang tuwalya ng tsaa at hayaang tumaas sa isang mainit at madilim na lugar nang halos isang oras.
f) Haluin at magdagdag ng sapat na natitirang harina para maging medyo matigas ngunit malagkit pa rin ang masa.
g) Ilagay sa isang well-floured board at gawin ang kuwarta hanggang sa ito ay makinis at nababanat. Magdagdag ng higit pang harina sa board kung kinakailangan.
h) Hugasan ang kuwarta sa isang bola, langis ang ibabaw, at ilagay sa isang mangkok na may langis. Takpan ng tea towel at hayaang tumaas sa pangalawang pagkakataon, mga isang oras.
i) Punch down, hugisin sa dalawang bola, at ilagay sa isang greased baking sheet na binudburan ng cornmeal.
j) Brush na may tinunaw na mantikilya, maluwag na takpan ng waxed paper, at palamigin sa loob ng tatlong oras.
k) Alisin mula sa refrigerator at hayaang umupo sa counter, walang takip, sa loob ng sampu hanggang labinlimang minuto.
l) Maghurno sa 375°F oven hanggang sa tumunog ang tinapay na guwang kapag tinapik sa ibaba, mga 40 hanggang 45 minuto.
m) Palamigin bago hiwain.

16. Raggmunk (Swedish Potato Pancake)

MGA INGREDIENTS:
- 3 kutsarang harina
- ½ kutsarita ng Asin
- 1¼ deciliters Skim milk
- 1 Itlog
- 90 gramo ng patatas, binalatan
- 1 kutsarita Langis o margarin

MGA TAGUBILIN:
a) Pagsamahin ang harina at asin sa kalahati ng gatas.
b) Idagdag ang itlog at ang natitirang gatas.
c) Grate ang mga patatas at idagdag ang mga ito sa pinaghalong. Haluin mabuti.
d) Matunaw ang margarine sa isang kawali.
e) Maglagay ng manipis na layer ng timpla sa kawali at iprito hanggang sa matingkad na kayumanggi.
f) Lumiko at iprito ang kabilang panig hanggang kayumanggi.
g) Ihain ang iyong Raggmunk na may unsweetened lingonberry jam at ilang gulay. Maaari mo ring palitan ang ilan sa mga patatas na may mga karot para sa pagkakaiba-iba. Masiyahan sa iyong Swedish potato pancake!

17. Danish feta at spinach Waffle

MGA INGREDIENTS:

- 2 itlog, pinaghiwalay
- 1½ tasang gatas
- 125g mantikilya, natunaw
- 1½ tasang self-raising na harina
- 1 kutsarita ng asin
- 150g soft feta, coarsely crumbled ¼ cup grated parmesan
- 150g frozen spinach, defrosted, labis na kahalumigmigan kinatas out
- Inihaw na bacon at kamatis upang ihain

Pamamaraan

1. Piliin ang BELGIAN setting at i-dial up ang 6 sa browning control dial.
2. Painitin muna hanggang sa umilaw ang orange na ilaw at mawala ang mga salitang HEATING.
3. Pagsamahin ang mga pula ng itlog, gatas at mantikilya.
4. Ilagay ang harina at asin sa isang malaking mangkok, gumawa ng balon sa gitna.
5. Dahan-dahang ihalo ang pinaghalong itlog at gatas para maging makinis na batter. Haluin ang durog na feta at spinach.
6. Talunin ang mga puti ng itlog hanggang sa mabuo ang stiff peak, dahan-dahang i-fold sa batter.
7. Gamit ang waffle dosing cup, ibuhos ang ½ tasa ng batter sa bawat waffle square. Isara ang takip at lutuin hanggang matapos ang timer at tumunog ang handa na beep ng 3 beses. Ulitin sa natitirang batter.
8. Ihain kasama ng inihaw na bacon at kamatis.

18. Egg, ham, at cheese Crêpes

MGA INGREDIENTS:
- Natunaw na clarified butter
- 2 tasang Savory Buckwheat Crêpes Batter
- 8 Itlog
- 4 ounces Pinutol na Danish na ham
- 4 ounces Pinutol na Monterey jack
- Keso

MGA TAGUBILIN:
a) Magpainit ng 9- o 10-pulgada na Crêpe pan o kawali sa katamtamang init.
b) Brush generously na may tinunaw na mantikilya.
c) Kapag sumirit ang mantikilya, magdagdag ng ¼ tasa ng Buckwheat Crêpes batter at paikutin sa kawali.
d) Sa gitna ng batter, dahan-dahang basagin ang isang itlog, pinananatiling buo ang pula ng itlog.
e) Magluto lamang hanggang sa maitakda ang puti, ang pula ng itlog ay dapat manatiling ranny.
f) Itaas ang ½ onsa ham at ½ onsa na keso.
g) Dahan-dahang tiklupin ang mga gilid ng Crêpe sa ibabaw ng keso. Alisin ang Crêpe sa isang mainit na plato na may spatula.
h) Magpatuloy sa natitirang Crêpe batter at itlog.

19. Norwegian Boller Buns

MGA INGREDIENTS:
- 1½ tasang Gatas
- 1½ onsa sariwang lebadura
- 3 onsa Mantikilya
- 4 tasang harina ng trigo
- ½ tasang Asukal
- 2 kutsarita Ground cardamom
- Mga pasas sa panlasa (opsyonal, 1-2 tasa)
- 1 Itlog para sa glazing

MGA TAGUBILIN:
a) Magsimula sa pamamagitan ng pagtunaw ng mantikilya at hayaan itong lumamig hanggang maligamgam.
b) Painitin ang gatas sa humigit-kumulang 37°C (100°F), tiyaking umabot ito sa maligamgam na temperatura.
c) Ihalo ang sariwang lebadura sa maligamgam na gatas. Kung gumagamit ng dry yeast, ihalo ito nang direkta sa harina.
d) Sa isang hiwalay na mangkok ng paghahalo, pagsamahin ang asukal, ground cardamom, at mga pasas (kung gusto) sa harina.
e) Idagdag ang pinaghalong gatas at lebadura sa mga tuyong sangkap, na sinusundan ng tinunaw at pinalamig na mantikilya. Haluing mabuti hanggang ang masa ay maging makintab at malambot. Kung ang masa ay masyadong malagkit, maaari kang magsama ng kaunting harina.
f) Takpan ang kuwarta gamit ang plastic wrap at ilagay ito sa isang mainit na lugar. Hayaang tumaas ito hanggang sa dumoble ang laki, na karaniwang tumatagal ng mga 45-60 minuto. Kung gumagawa ka ng kringle, dito ka huminto.
g) Para sa matamis na buns, masahin nang bahagya ang kuwarta at hubugin ito ng mahabang sausage. Hatiin ang kuwarta sa 24 pantay na bahagi at hubugin ang bawat piraso sa isang bilog na bola.
h) Ilagay ang mga nabuong buns sa isang greased baking sheet at hayaang tumaas ang mga ito para sa karagdagang 20 minuto.
i) Painitin muna ang iyong hurno sa inirekumendang temperatura.
j) Talunin ang itlog at gamitin ito upang i-brush ang tuktok ng mga buns.
k) Ihurno ang mga buns sa gitnang rack ng oven hanggang sa maganda silang maging kayumanggi na may maputlang gilid.
l) I-enjoy ang iyong homemade sweet boller buns!

MGA MERYenda

20. Danish Kringler

MGA INGREDIENTS:
- 2 ¼ tasa ng all-purpose na harina
- 2 kutsarang butil na asukal
- 1 kutsarita ng instant yeast
- ½ kutsarita ng asin
- ½ tasa ng gatas, maligamgam
- 2 kutsarang unsalted butter, natunaw
- 1 itlog, pinalo

PARA SA TOPPING:
- 1 itlog, pinalo
- Perlas na asukal o magaspang na asukal para sa pagwiwisik

MGA TAGUBILIN:

a) Sa isang malaking mixing bowl, pagsamahin ang harina, asukal, instant yeast, at asin.

b) Idagdag ang maligamgam na gatas, tinunaw na mantikilya, at pinalo na itlog sa mga tuyong sangkap. Haluin hanggang sa magsama-sama ang masa.

c) Ilipat ang kuwarta sa isang bahagyang tinadtad na ibabaw at masahin ng mga 5-7 minuto hanggang sa makinis at nababanat.

d) Ibalik ang kuwarta sa mangkok, takpan ng malinis na tela, at hayaang tumaas ito sa isang mainit na lugar sa loob ng mga 1 oras o hanggang dumoble ang laki.

e) Painitin muna ang oven sa 375°F (190°C). Iguhit ang isang baking sheet na may parchment paper.

f) Hatiin ang kuwarta sa 6 pantay na piraso. Igulong ang bawat piraso sa isang mahabang lubid, mga 20 pulgada ang haba.

g) Hugis ang bawat lubid na parang pretzel na buhol, itatawid ang mga dulo sa isa't isa at ilagay ang mga ito sa ilalim ng kuwarta.

h) Ilagay ang mga hugis na kringler sa inihandang baking sheet. I-brush ang mga ito ng pinalo na itlog at budburan ng pearl sugar o coarse sugar.

i) Maghurno sa preheated oven para sa mga 12-15 minuto o hanggang sa ginintuang kayumanggi.

j) Alisin sa oven at hayaang lumamig nang bahagya bago ihain.

21. Danish Aebleskiver

MGA INGREDIENTS:
- 1 ½ tasang all-purpose na harina
- 2 kutsarang asukal
- ½ kutsarita ng baking powder
- ¼ kutsarita ng asin
- 1 ¼ tasang buttermilk
- 2 malalaking itlog
- Mantikilya o mantika, para sa pagluluto
- May pulbos na asukal, para sa paghahatid
- Jam o pinapanatili, para sa paghahatid

MGA TAGUBILIN:
a) Sa isang mixing bowl, haluin ang harina, asukal, baking powder, at asin.
b) Sa isang hiwalay na mangkok, haluin ang buttermilk at itlog.
c) Ibuhos ang mga basang sangkap sa mga tuyong sangkap at haluin hanggang sa pagsamahin lamang.
d) Magpainit ng aebleskiver pan sa katamtamang apoy at bahagyang lagyan ng mantika o mantika.
e) Punan ang bawat balon sa kawali ng batter, halos ¾ puno.
f) Lutuin ang aebleskiver hanggang sa maging golden brown ang ilalim, pagkatapos ay gumamit ng skewer o knitting needle upang i-flip ang mga ito at lutuin ang kabilang panig.
g) Ulitin sa natitirang batter. Ihain ang aebleskiver na may alikabok na may pulbos na asukal at sinamahan ng jam o pinapanatili.

22. Swedish Aniswe Twists

MGA INGREDIENTS:
- 2 1/2 tasa ng all-purpose na harina
- 1/2 tasa unsalted butter, pinalambot
- 1/2 tasa ng butil na asukal
- 2 kutsarita ng anise extract
- 1/2 kutsarita ng baking powder
- 1/4 kutsarita ng asin
- 1 itlog
- Pearl sugar para sa pagwiwisik (opsyonal)

MGA TAGUBILIN:
a) Painitin muna ang oven sa 375°F (190°C) at lagyan ng parchment paper ang isang baking sheet.
b) Sa isang malaking mixing bowl, i-cream ang pinalambot na mantikilya, granulated sugar, at anise extract hanggang sa magaan at malambot.
c) Sa isang hiwalay na mangkok, haluin ang harina, baking powder, at asin.
d) Dahan-dahang idagdag ang mga tuyong sangkap sa pinaghalong mantikilya, haluing mabuti pagkatapos ng bawat karagdagan.
e) Talunin ang itlog hanggang sa magkadikit ang masa.
f) Hatiin ang kuwarta sa maliliit na piraso at igulong ang bawat piraso sa isang mahabang lubid, mga 8 pulgada ang haba.
g) I-twist ang bawat lubid sa hugis na "S" at ilagay ito sa inihandang baking sheet.
h) Budburan ng pearl sugar ang mga twist (kung gusto).
i) Maghurno para sa 10-12 minuto o hanggang sa ang mga gilid ay bahagyang ginintuang.
j) Hayaang lumamig nang lubusan ang mga twist bago ihain.

23. Danish Dandies (Danske Smakager)

MGA INGREDIENTS:
- ½ tasang mantikilya
- ½ tasa Shortening
- ¾ tasa ng Asukal
- ½ kutsarita ng Asin
- ½ kutsarita ng Vanilla
- ½ kutsarita ng lemon extract
- 3 matigas na itlog, sinala
- 2 tasang Sifted flour
- Corn syrup
- Tinadtad na mani

MGA TAGUBILIN:

a) Pagsamahin ang mantikilya, shortening, at asukal hanggang sa magaan at malambot.

b) Magdagdag ng asin, vanilla, lemon extract, at sieved hard-cooked egg. Haluing mabuti.

c) Haluin ang sifted flour at haluin hanggang sa maayos na pagsamahin.

d) Gamit ang iyong mga kamay, hubugin ang kuwarta sa maliliit na bola at ilagay ito sa isang baking sheet.

e) Gumawa ng indentation sa gitna ng bawat cookie gamit ang iyong hinlalaki o likod ng isang kutsara.

f) Punan ang bawat indentation ng isang maliit na halaga ng corn syrup at iwiwisik ang mga tinadtad na mani sa itaas.

g) Maghurno sa isang preheated oven ayon sa recipe ng cookie o hanggang ang mga gilid ay ginintuang kayumanggi.

h) Hayaang lumamig ang cookies sa baking sheet sa loob ng ilang minuto bago ilipat ang mga ito sa wire rack upang ganap na lumamig.

24.Mga pampagana ng Swedish meat ball

MGA INGREDIENTS:
- 2 kutsarang mantika sa pagluluto
- 1 libra   Ground beef
- 1 Itlog
- 1 tasang malambot na mumo ng tinapay
- 1 kutsarita Brown sugar
- ½ kutsarita ng Asin
- ¼ kutsarita ng Paminta
- ¼ kutsarita ng Luya
- ¼ kutsarita Mga giniling na clove
- ¼ kutsarita ng Nutmeg
- ¼ kutsarita ng kanela
- ⅔ tasa ng Gatas
- 1 tasa ng kulay-gatas
- ½ kutsarita ng Asin

MGA TAGUBILIN:

a) Mag-init ng mantika sa fry pan. Paghaluin ang lahat ng natitirang sangkap, maliban sa kulay-gatas at ½ Tsp. asin.

b) Bumuo sa mga meat ball na laki ng pampagana (mga 1" ang lapad). Kayumanggi sa mantika sa lahat ng panig hanggang sa ganap na maluto.

c) Alisin mula sa kawali, at alisan ng tubig sa mga tuwalya ng papel. Ibuhos ang labis na mantika at bahagyang palamig ang kawali. Magdagdag ng maliit na halaga ng kulay-gatas upang matalo ang brownings at pukawin. Pagkatapos ay idagdag ang natitirang kulay-gatas at ½ tsp. asin, pagpapakilos upang timpla.

25. Norwegian Sugared Nuts

MGA INGREDIENTS:
- 1 puti ng itlog
- 1½ kutsarita ng Tubig
- 3 tasang Salted mixed nuts
- 1 tasa ng Asukal na hinaluan ng ½ kutsarita ng kanela

MGA TAGUBILIN:

a) Sa isang mangkok, pagsamahin ang puti ng itlog at tubig, bahagyang matalo. Idagdag ang mga mani at lagyan ng mabuti ang mga ito.

b) Haluin ang pinaghalong asukal at cinnamon sa mga pinahiran na mani.

c) Ayusin ang pinaghalong nut sa isang layer sa isang WELL-GREASED brown paper sa isang jelly roll pan.

d) Maghurno sa isang preheated oven sa 350 degrees Fahrenheit sa loob ng 25 hanggang 30 minuto, hinahalo nang isa o dalawang beses habang nagluluto.

e) Alisin sa papel kapag lumamig na. Masiyahan sa iyong Norwegian sugared nuts!

26. Danish Snails

MGA INGREDIENTS:
- ½ Batch Danish na pastry
- ½ stick mantikilya
- ½ tasa Light brown sugar
- ¾ tasa tinadtad na pecan o walnut
- kanela
- Paghuhugas ng itlog
- Tubig icing

MGA TAGUBILIN:

a) Pagulungin ang kuwarta sa isang 12 by 20-inch na parihaba.
b) Ikalat ng malambot na mantikilya at budburan ng brown sugar, pecans, at cinnamon.
c) I-roll up mula sa 20-inch na gilid, at gupitin sa 12 piraso.
d) Ilagay ang mga piraso, gupitin sa gilid, sa mga muffin pan na nilagyan ng mga paper muffin cup.
e) Katunayan 50% at egg wash.
f) Maghurno sa 375 degrees para sa mga 25 minuto.
g) Palamigin at lagyan ng tubig icing.

27.Mga Norwegian Almond Bar

MGA INGREDIENTS:
BASE:
- 1¾ tasang All-purpose na harina
- ¾ tasa ng Asukal
- 1 kutsarita ng baking powder
- ½ tasa mashed potato flakes
- ½ kutsarita ng kanela
- ½ kutsarita ng Asin
- ¾ tasa Margarine o mantikilya, pinalambot
- ½ kutsarita ng Cardamom
- 1 Itlog

PAGPUPUNO:
- 1¼ tasa Powdered sugar
- ½ tasang Tubig
- 1 tubo (7 oz) Almond paste

MGA TAGUBILIN:
a) Painitin ang oven sa 375 degrees Fahrenheit.
b) Bahagyang kutsara ang harina sa isang tasa ng pagsukat; level off. Sa isang malaking mangkok, pagsamahin ang harina at ang natitirang mga batayang sangkap; timpla hanggang mabuo ang mumo.
c) Pindutin ang kalahati ng pinaghalong sa isang ungreased na 13x9-inch na kawali. Ireserba ang natitirang timpla para sa topping.
d) Sa isang malaking mangkok, pagsamahin ang lahat ng mga sangkap sa pagpuno at haluing mabuti.
e) Ikalat ang pagpuno sa ibabaw ng base at iwiwisik ang nakareserbang timpla sa ibabaw ng pagpuno.
f) Maghurno sa 375 degrees para sa 25-30 minuto o hanggang sa matingkad na ginintuang kayumanggi.
g) Palamig nang lubusan at gupitin sa mga bar.
h) I-enjoy ang iyong masarap na Norwegian Almond Bars!

28.Mga bola-bola ng manok na Norwegian

MGA INGREDIENTS:

- 1 pounds   Ground chicken
- 4½ kutsarita ng gawgaw; hinati
- 1 malaking Itlog
- 2¼ tasa sabaw ng manok; hinati
- ¼ kutsarita ng Asin
- ½ kutsarita Bagong gadgad na balat ng lemon
- 2 kutsarang tinadtad na sariwang dill; hinati
- 4 ounces   Gjetost cheese; gupitin sa 1/4 pulgadang dice
- 4 na tasa ng mainit na nilutong egg noodles

MGA TAGUBILIN:

a) Talunin ang itlog; magdagdag ng kaunting ¼ tasa ng sabaw at 1¼ kutsarita ng gawgaw. Haluin hanggang makinis. Magdagdag ng balat ng lemon at 1 kutsarang sariwang dill . Magdagdag ng giniling na manok sa halo na ito .

b) Magdala ng dalawang tasa ng sabaw upang kumulo sa isang 10- o 12-pulgada na kawali.

c) Dahan-dahang ihulog ang mga kutsarang pinaghalong manok sa kumukulong sabaw .

d) Maghanda ng sarsa: Paghaluin ang natitirang 1 kutsarang gawgaw sa 2 Kutsarang malamig na tubig. Haluin sa kumukulong sabaw at lutuin ng ilang minuto hanggang medyo lumapot. Magdagdag ng diced cheese, at ihalo palagi hanggang matunaw ang keso.

e) Habang nagluluto ang manok, ihanda ang noodles at panatilihing mainit.

f) Ibalik ang mga bola ng manok sa sarsa.

29. Norwegian meat balls sa grape jelly

MGA INGREDIENTS:
- 1 tasa ng mga mumo ng tinapay; malambot
- 1 tasang Gatas
- 2 pounds Ground beef
- ¾ pounds Ground na baboy; sandalan
- ½ tasa sibuyas; pinong tinadtad
- 2 itlog; binugbog
- 2 kutsarita ng Asin
- 1 kutsarita ng Paminta
- ½ kutsarita ng Nutmeg
- ½ kutsarita ng Allspice
- ½ kutsarita ng Cardamom
- ¼ kutsarita ng Luya
- 2 tablespoons Bacon drippings; o langis ng salad
- 8 ounces Grape jelly

MGA TAGUBILIN:
a) Ibabad ang mga mumo ng tinapay sa gatas sa loob ng isang oras. Pagsamahin ang giniling na karne ng baka, baboy at sibuyas. Magdagdag ng mga itlog, gatas, pinaghalong mumo ng tinapay. Magdagdag ng asin, paminta at pampalasa.

b) Haluing mabuti at latigo gamit ang tinidor. Palamigin ng isa hanggang dalawang oras. Hugis sa maliliit na bola, igulong sa harina at kayumanggi sa bacon drippings o mantika. Iling ang kawali o mabigat na kawali upang igulong ang mga bola ng karne sa mainit na mantika.

c) Ilagay sa crock pot na may 1 malaking garapon na grape jelly at lutuin sa SLOW ng isang oras.

COOKIES

30. Napoleon's Hat Cookie Mix

MGA INGREDIENTS:
- 2 tasang All-purpose na harina
- ¼ kutsarita ng Asin
- ¾ tasa mantikilya o margarin
- ½ tasang Asukal
- 2 Mga pula ng itlog
- 1 kutsarita ng Vanilla
- 2 puti ng itlog
- ¼ kutsarita Cream ng tartar
- ⅓ tasa powdered sugar, sinala
- 1 tasang Almendras, giniling

MGA TAGUBILIN:
a) Pagsamahin ang harina at asin; itabi. Sa isang malaking mixing bowl, gumamit ng electric mixer para matalo ang mantikilya o margarine sa medium speed sa loob ng 30 segundo. Magdagdag ng asukal at talunin hanggang mahimulmol. Isama ang mga pula ng itlog at banilya, matalo ng mabuti.
b) Idagdag ang mga tuyong sangkap sa hinalo at ipagpatuloy ang paghampas hanggang sa maayos na pinagsama.
c) Takpan ang kuwarta at palamigin ng 1 oras. Para sa pagpuno ng almond paste: Sa isang maliit na mangkok ng paghahalo, talunin ang mga puti ng itlog at cream ng tartar hanggang sa mabuo ang malambot na mga taluktok (tips curl). Dahan-dahang magdagdag ng sifted powdered sugar, matalo hanggang sa mabuo ang stiff peak (tumayo ang mga tip). Dahan-dahang tiklupin ang mga giniling na almendras at itabi.
d) Sa ibabaw ng bahagyang floured, igulong ang kuwarta sa ⅛" kapal. Gupitin sa 3" na bilog. Maglagay ng humigit-kumulang 1 bilugan na kutsarita ng almond filling sa gitna ng bawat bilog. Tiklupin at kurutin ang tatlong gilid upang lumikha ng tatlong sulok na sumbrero, na iniiwan ang tuktok ng pagpuno na nakalantad.
e) Ayusin ang nabuong cookies na 2" ang hiwalay sa isang hindi nalinis na cookie sheet.
f) Maghurno sa isang 375-degree na oven sa loob ng 10 hanggang 12 minuto. Alisin at palamig sa isang wire rack.

31. Fattigmann (Norwegian Christmas Cookies)

MGA INGREDIENTS:
- 10 Mga pula ng itlog
- 2 puti ng itlog
- ¾ tasa ng Asukal
- ¼ tasa ng Brandy
- 1 tasa ng mabigat na cream
- 5 tasa Sifted all-purpose flour
- 2 kutsarita Ground cardamom
- Mantika para sa pagprito

MGA TAGUBILIN:
a) Talunin ang mga pula ng itlog, puti ng itlog, asukal, at brandy hanggang sa napakakapal. Dahan-dahang magdagdag ng cream, ihalo nang mabuti.
b) Salain ang harina at cardamom; magdagdag ng humigit-kumulang ½ tasa sa isang pagkakataon sa pinaghalong itlog, ihalo nang lubusan pagkatapos ng bawat karagdagan. I-wrap ang kuwarta at palamigin magdamag.
c) Init ang mantika sa 365 hanggang 370 degrees sa isang malalim na kasirola.
d) Igulong ang kuwarta sa maliliit na bahagi, 1/16 pulgada ang kapal sa ibabaw ng harina.
e) Gamit ang isang floured na kutsilyo o pastry wheel, gupitin ang kuwarta sa mga hugis diyamante, 5" x 2"; gumawa ng isang pahaba na hiwa sa gitna ng bawat brilyante. Hilahin ang dulo ng isang dulo sa bawat hiwa at isuksok ito pabalik sa ilalim nito.
f) I-deep-fry sa loob ng 1 hanggang 2 minuto o hanggang sa ginintuang kayumanggi, lumiko nang isang beses.
g) Patuyuin at palamig.
h) Budburan ang mga cookies na may asukal sa mga confectioner. Mag-imbak sa mga lalagyan na natatakpan nang mahigpit. I-enjoy ang iyong Fattigmann, isang kaaya-ayang tradisyonal na Norwegian Christmas treat!

32.Swedish Christmas Crescents

MGA INGREDIENTS:
- 1 tasang mantikilya
- 2 kutsarang Almendras, giniling
- 1 tasang powdered sugar
- 2 tasang harina
- 1 kutsarita ng Vanilla
- ¼ tasa powdered sugar (para sa pag-aalis ng alikabok)
- ½ kutsarita ng Asin
- 2 kutsarita ng kanela

MGA TAGUBILIN:
a) Magsama ng mantikilya at asukal.
b) Talunin sa vanilla, asin, at ground almonds.
c) Unti-unting ihalo sa harina.
d) Hugis ang kuwarta sa mga crescent gamit ang isang bilugan na kutsarita para sa bawat isa.
e) Budburan ang mga crescent na may pinaghalong asukal sa pulbos at kanela.
f) Maghurno sa walang basang mga cookie sheet sa isang preheated na 325°F (165°C) oven sa loob ng 15-18 minuto o hanggang sa bahagyang ginintuang kulay ginto ang mga gilid.

33. Pepparkakor (Swedish Ginger Cookies)

MGA INGREDIENTS:
- ½ tasang Molasses
- ½ tasang Asukal
- ½ tasang mantikilya
- 1 Itlog, pinalo ng mabuti
- 2½ tasa Inalaang all-purpose na harina
- ¼ kutsarita ng Asin
- ¼ kutsarita ng baking soda
- ½ kutsarita ng Luya
- ½ kutsarita ng kanela

MGA TAGUBILIN:
a) Init ang pulot sa isang maliit na kasirola hanggang sa kumukulo, pagkatapos ay pakuluan ng 1 minuto.
b) Magdagdag ng asukal at mantikilya, ihalo hanggang matunaw ang mantikilya. Hayaang lumamig ang timpla.
c) Talunin ang mahusay na pinalo na itlog.
d) Salain ang harina, asin, baking soda, at pampalasa. Idagdag ang halo na ito sa unang timpla at ihalo nang lubusan.
e) Takpan nang mahigpit ang mangkok at palamigin ang kuwarta sa magdamag.
f) Pagulungin ang isang bahagi ng kuwarta nang paisa-isa sa isang lightly floured pastry cloth. Pagulungin ito ng manipis.
g) Gupitin ang kuwarta sa nais na mga hugis.
h) Maghurno sa isang katamtamang oven (350°F) sa loob ng 6 hanggang 8 minuto.

34. Swedish Thumb Cookies

MGA INGREDIENTS:
- ½ tasang mantikilya
- 1 tasang Asukal
- 2 kutsarita ng Brown Sugar
- 1 itlog ng itlog, hindi pinalo
- 1½ Cube (Tandaan: Maaaring ito ay isang nawawalang sangkap. Paki-verify.)
- 1⅓ tasa ng All-Purpose Flour, Sifted
- Carbonate of Ammonia (hindi tinukoy ang halaga)

MGA TAGUBILIN:
a) Mag-cream ng mantikilya, magdagdag ng asukal nang paunti-unti, at mag-cream hanggang liwanag.
b) Magdagdag ng pula ng itlog at haluing mabuti.
c) Durugin ang mga cubes ng ammonia at salain ng harina.
d) Magdagdag ng sapat na harina upang makagawa ng matigas na masa. Ang kuwarta ay dapat pumutok kapag ang hinlalaki ay pinindot.
e) Pagulungin sa mga bola at itulak sa gitna gamit ang hinlalaki.
f) Maghurno sa isang mabagal na oven (250 degrees) sa loob ng 30 minuto.

35. Swedish Oatmeal Cookies

MGA INGREDIENTS:
COOKIE DOUGH:
- ¾ tasang All-Purpose na harina
- ½ kutsarita ng Soda
- ½ kutsarita ng Diamond Crystal na asin
- ½ tasang Asukal
- ⅓ tasa ng Asukal
- ¼ tasa ng Land O'Lake Butter (o Margarine)
- ½ tasa ng brown sugar
- ½ tasa Shortening
- 1 malaking itlog na hindi pinalo
- ½ kutsarita ng Vanilla
- 1½ tasa Rolled oats
- 1 kutsarang Light corn syrup
- ¼ tasa Blanched almonds, tinadtad
- ¼ kutsarita ng almond extract

ALMOND TOPPING:
- ¼ tasa ng Asukal
- 1 kutsarang Mantikilya
- 1 kutsarang Light corn syrup
- ¼ tasa Blanched almonds, tinadtad
- ¼ kutsarita ng almond extract

MGA TAGUBILIN:
a) Salain ang harina, soda, at asin. Itabi.
b) Dahan-dahang idagdag ang asukal at brown sugar sa pagpapaikli, mag-cream ng mabuti.
c) Haluin ang mga itlog at banilya, matalo nang mabuti.
d) Idagdag ang mga tuyong sangkap, pagkatapos ay rolled oats, at ihalo nang maigi.
e) Mag-drop ng mga kutsarita sa walang basang mga cookie sheet.
f) Maghurno sa 350 degrees sa loob ng 8 minuto.
g) Alisin sa oven at maglagay ng kaunting ½ kutsarita ng Almond Topping sa gitna, bahagyang pinindot.
h) Maghurno ng karagdagang 6 hanggang 8 minuto hanggang sa maging golden brown ang cookies.
i) Palamigin ng 1 minuto bago alisin sa cookie sheet.

ALMOND TOPPING:
j) Pagsamahin ang asukal, mantikilya, at light corn syrup sa isang kasirola; pakuluan.
k) Alisan sa init.
l) Ihalo ang almond at almond extract.

36.Swedish Butter Cookies

MGA INGREDIENTS:
- ½ tasang mantikilya
- ¼ tasa ng Asukal
- 1½ kutsarita pinong ginutay-gutay na balat ng lemon
- ¼ kutsarita ng Vanilla
- 1 tasang All-purpose na harina
- 4 ounces Semisweet chocolate (4 na parisukat)
- 2 kutsarang Shortening

MGA TAGUBILIN:

a) Talunin ang mantikilya gamit ang isang electric mixer sa loob ng 30 segundo.
b) Idagdag ang asukal, balat ng lemon, at banilya; talunin hanggang pinagsama.
c) Talunin ang pinakamaraming harina hangga't maaari gamit ang panghalo, paminsan-minsan ay i-scrap ang mga gilid ng mangkok.
d) Haluin ang natitirang harina. Takpan at palamigin ng 1 oras o hanggang sa madaling hawakan ang kuwarta.
e) Igulong ang kuwarta sa isang bahagyang tinadtad na ibabaw na may kapal na ⅛ hanggang ¼ pulgada.
f) Gumamit ng 2-inch cookie cutter upang gupitin ang kuwarta. Ilagay ang mga ginupit na 1 pulgada ang layo sa isang walang basang cookie sheet.
g) Maghurno sa 375°F oven sa loob ng 5 hanggang 7 minuto, hanggang sa magsimulang mag-brown ang mga gilid.
h) Palamigin ng 1 minuto sa cookie sheet, pagkatapos ay alisin ang cookies sa wire rack para lumamig.
i) Init ang tsokolate at paikliin sa isang kasirola sa mahinang apoy, pagpapakilos paminsan-minsan.
j) Isawsaw ang bahagi ng bawat cookie sa pinaghalong tsokolate.
k) Palamigin sa waxed paper sa loob ng 30 minuto o hanggang sa mamuo ang tsokolate. Kung kinakailangan, palamigin ang cookies hanggang sa mabuo ang tsokolate.

37. Swedish Spritz Cookies

MGA INGREDIENTS:
- 2 tasang mantikilya
- 1½ tasang Asukal
- 1 Itlog
- 1 kutsarita ng Vanilla
- 4½ tasa ng harina

MGA TAGUBILIN:
a) Pagsamahin ang mantikilya at asukal nang lubusan.
b) Idagdag ang itlog at banilya (o iba pang pampalasa).
c) Dahan-dahang idagdag ang harina at haluing mabuti.
d) Gumamit ng star disk na may cookie press para hubugin ang kuwarta sa maliliit na wreath.
e) Maghurno sa 400°F sa loob ng 7 hanggang 10 minuto. Ang mga cookies ay dapat itakda ngunit hindi kayumanggi.
f) Masiyahan sa iyong Swedish Spritz Cookies!

38.Swedish Ginger Cookies

MGA INGREDIENTS:
- 1 tasang mantikilya
- 1½ tasang Asukal
- 1 malaking Itlog
- 1½ kutsarang Grated Orange Rind
- 2 kutsarang Dark Corn Syrup
- 1 kutsarang Tubig
- 3¼ tasang Unbleached All-Purpose Flour
- 2 kutsarita ng Baking Soda
- 2 kutsarita ng kanela
- 1 kutsarita ng Ground Ginger (o higit pa sa panlasa)
- ½ kutsarita ng Ground Cloves

MGA TAGUBILIN:
a) I-cream ang mantikilya at asukal hanggang sa magaan.
b) Idagdag ang itlog, orange rind, corn syrup, at tubig, haluing mabuti.
c) Salain ang mga tuyong sangkap at idagdag sa pinaghalong mantikilya.
d) Palamigin ang kuwarta nang lubusan.
e) Pagulungin nang napakanipis, mga ⅛-pulgada, at gupitin gamit ang mga cookie cutter.
f) Maghurno sa ungreased cookie sheet sa isang preheated 350°F (175°C) oven sa loob ng 8 hanggang 10 minuto. Huwag mag-overbake, o masusunog ang cookies.

39. Swedish Orange Gingernaps

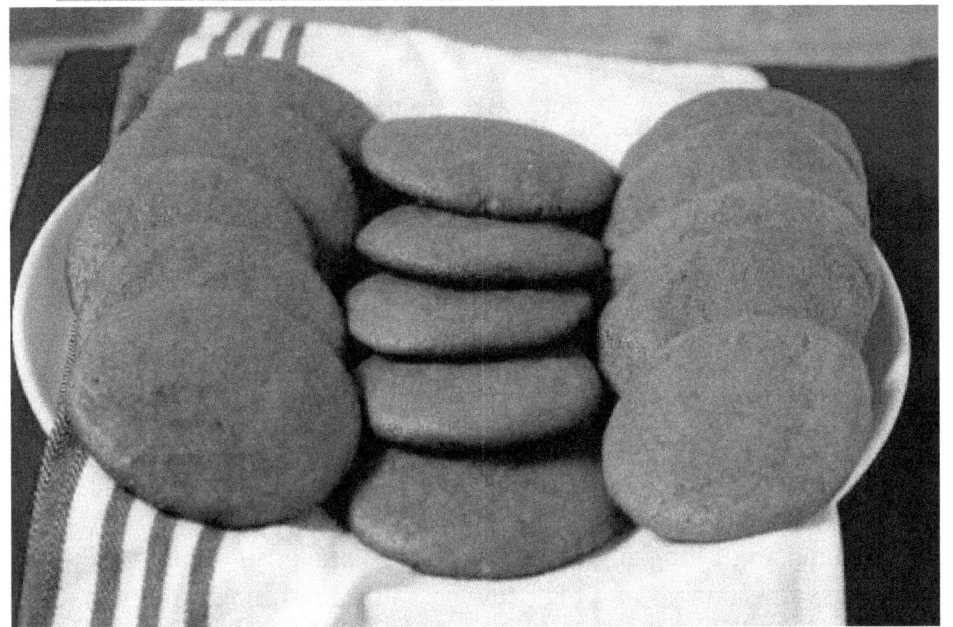

MGA INGREDIENTS:
- 1½ sticks unsalted butter
- 1 tasang brown sugar
- 1 malaking itlog
- 2 kutsara plus 1 kutsarita pulot
- 1 kutsarang orange juice
- 1 kutsarang pinong gadgad na orange zest
- 2¾ hanggang 3 tasa ng harina
- 1 kutsarita ng baking soda
- ½ kutsarita ng giniling na mga clove
- 2 kutsarita ng giniling na kanela
- 2 kutsaritang giniling na luya

MGA TAGUBILIN:
a) Pagsamahin ang mantikilya at asukal hanggang sa magaan.
b) Talunin ang 1 itlog at ihalo ang molasses, orange juice, at zest.
c) Pagsama-samahin ang mga tuyong sangkap at ihalo ang mga ito sa mga basang sangkap upang makagawa ng malambot at makinis na masa, magdagdag ng higit pang harina kung ang masa ay masyadong malagkit.
d) Knead ang kuwarta ng tatlong beses sa isang lightly floured board.
e) Painitin muna ang oven sa 350 degrees F.
f) Hugis ang kuwarta sa 3 log, mga 8 pulgada ang haba. I-wrap sa plastic wrap at palamigin ng hindi bababa sa 1 oras o magdamag.
g) Gupitin ang mga log sa manipis na bilog, mas mababa sa ⅛-pulgada ang kapal.
h) Ilagay sa lightly greased baking sheets.
i) Maghurno ng cookies para sa mga 8 hanggang 10 minuto.
j) Alisin mula sa oven at ilipat ang mga cookies sa isang rack upang palamig.

40. Norwegian Molasses Cookies

MGA INGREDIENTS:
COOKIES:
- 2½ tasang All-purpose na harina
- 2 kutsarita ng baking soda
- 1 tasa Matatag na nakaimpake na light brown na asukal
- ¾ tasa FLEISCHMANN'S Margarine, pinalambot
- ¼ cup EGG BEATERS 99% Real Egg
- 1 tasa ng asukal sa mga confectioner
- ¼ tasa GRER RABBIT Light o Dark Molasses
- ¼ tasa Granulated sugar
- Tubig
- May kulay na sprinkles (opsyonal)

SUGAR GLAZE NG MGA CONFECTIONER:
- 6 kutsarita ng skim milk
- Asukal ng mga confectioner (sa nais na pare-pareho)

MGA TAGUBILIN:
COOKIES:
a) Sa isang maliit na mangkok, pagsamahin ang harina at baking soda; itabi.
b) Sa isang medium bowl na may electric mixer sa medium speed, cream brown sugar at margarine. Magdagdag ng produkto ng itlog at pulot; talunin hanggang makinis.
c) Haluin ang pinaghalong harina. Takpan at palamigin ang kuwarta sa loob ng 1 oras.
d) Hugis ang kuwarta sa 48 (1¼") na bola; igulong sa granulated sugar.
e) Ilagay sa greased at floured baking sheets, humigit-kumulang 2" ang pagitan. Bahagyang iwisik ang kuwarta sa tubig.
f) Maghurno sa 350°F sa loob ng 18-20 minuto o hanggang ma-flat.
g) Alisin mula sa mga sheet at palamig sa mga wire rack.
h) Palamutihan ng Confectioners' Sugar Glaze at may kulay na sprinkles kung gusto.

SUGAR GLAZE NG MGA CONFECTIONER:
i) Sa isang mangkok, paghaluin ang skim milk na may asukal ng mga confectioner upang makuha ang ninanais na glaze consistency.

41. Swedish Almond Crescents

MGA INGREDIENTS:
- ½ tasa (1 stick) margarine
- ⅓ tasa ng Asukal
- ½ kutsarita ng almond extract
- 1⅔ tasang All-purpose na harina
- ⅔ tasa Ground o napakapinong tinadtad na mga almendras
- ¼ tasa ng Tubig
- ⅓ tasa Powdered o confectioners' sugar

MGA TAGUBILIN:
a) Painitin muna ang oven sa 375°F. I-spray ang mga cookie sheet na may cooking spray o linya na may aluminum foil. Itabi.
b) Gamit ang electric mixer sa katamtamang bilis, magsama-sama ang cream margarine, asukal, at almond extract hanggang sa malambot.
c) Magdagdag ng harina, mani, at tubig sa pinaghalong cream at ihalo sa katamtamang bilis upang timpla.
d) Ilabas ang kuwarta sa isang board na may kaunting floured, masahin nang bahagya, at hatiin sa 24 na bahagi ng 1 kutsara bawat isa.
e) Hugis ang bawat bahagi sa isang roll na humigit-kumulang 4 na pulgada ang haba na may tapered na dulo. Buuin ang mga rolyo sa mga crescent at ilagay ang mga ito sa mga inihandang cookie sheet.
f) Maghurno ng 8 hanggang 10 minuto o hanggang sa bahagyang kayumanggi sa ilalim.
g) I-dredge ang mainit na mga crescent sa powdered sugar at ilagay sa mga wire rack upang lumamig sa temperatura ng kuwarto.
h) Itabi sa isang lalagyan ng airtight o i-freeze hanggang kinakailangan.

MGA SAUSAGE

42.Danish na Liverwurst

MGA INGREDIENTS:
- 4 na libra ng pinong giniling na atay ng baboy (pinakuluang)
- 1 libra pinong giniling na bacon
- 2 tasang tinadtad na sibuyas
- 1½ tasang gatas
- 1½ tasang evaporated milk
- ½ tasa ng patatas na harina
- 6 na pinalo na itlog
- 3 kutsarita ng itim na paminta
- 2 kutsarang asin
- 1 kutsarita na giniling na mga clove
- 1 kutsarita ng allspice

MGA TAGUBILIN:
a) Gumawa ng sarsa ng gatas at harina ng patatas, at lutuin hanggang makapal.
b) Pagsamahin ang lahat ng sangkap.
c) Pakuluan sa inasnan na tubig ng humigit-kumulang 20 minuto.
d) Palamigin ng 24 na oras bago gamitin.
e) Hatiin ang sausage at gamitin ito bilang isang spread.

43. Danish na Pork Sausage

MGA INGREDIENTS:
- 5 libra pinong giniling na buto ng baboy
- 5 kutsarita ng asin
- ¼ kutsarita ng allspice
- 2 kutsarita puting paminta
- ¼ kutsarita ng mga clove
- 1 kutsarita ng cardamom
- 1 malaking tinadtad na sibuyas
- 1 tasang malamig na beef bouillon

MGA TAGUBILIN:

a) Pagsamahin ang lahat ng sangkap, haluing mabuti, at ilagay sa hog casing.

44. Swedish Potato Sausage

MGA INGREDIENTS:
- 1 maliit na sibuyas, gupitin
- 1 kutsarang Asin
- 1½ kutsarita Itim na paminta
- 1 kutsarita ng Allspice
- 1 tasang Dry non-fat milk
- 1 tasang Tubig
- 6 tasa Patatas, hiniwa, gupitin
- 1½ pounds Lean beef
- 1 pound Lean na baboy
- 1 casing ng sausage

MGA TAGUBILIN:
a) Gilingin ang karne, patatas, at sibuyas sa pamamagitan ng ⅜" grinder plate at ilagay sa isang mixer.
b) Idagdag ang lahat ng iba pang mga sangkap sa tubig at haluing mabuti.
c) Pagkatapos ng pamamaraang ito, i-regrind muli ang ⅜" plate.
d) Ilagay sa isang 35-38mm hog casing.

45.Danish Mga sungay ng Oxford

MGA INGREDIENTS:
- 5 pounds coarse ground pork butt
- 1½ kutsarang sambong
- 1½ kutsarita ng thyme
- 1½ kutsarita ng marjoram
- buong gadgad na balat ng lemon
- 1½ kutsarita ng nutmeg
- 4 kutsarita ng asin
- 2 kutsarita ng itim na paminta
- 3 itlog
- 1 tasang tubig

MGA TAGUBILIN:

a) Pagsamahin ang lahat ng sangkap, haluing mabuti, at ilagay sa hog casing.

b) Upang magluto, mag-panfry, o mag-ihaw.

46. Norwegian sausage

MGA INGREDIENTS:
- 3 pounds coarse ground beef chuck
- 2 pounds coarse ground pork butt
- 1½ kutsarang asin
- 4 medium na sibuyas, gadgad
- 1 kutsarang itim na paminta
- 2½ kutsarita ng nutmeg
- 1 tasang malamig na tubig

MGA TAGUBILIN:

a) Pagsamahin ang lahat ng sangkap, haluing mabuti, at ilagay sa hog casing.

b) Upang magluto, maghurno o magprito.

PANGUNAHING PAGKAIN

47. Swedish Janssons Frestelse Lasagna

MGA INGREDIENTS:
- 9 lasagna noodles
- 4 na medium-sized na patatas, binalatan at hiniwa ng manipis
- 2 sibuyas, hiniwa ng manipis
- 8 ounces anchovy fillet, pinatuyo at tinadtad
- 1 tasang mabigat na cream
- ½ tasa ng mumo ng tinapay
- 2 kutsarang mantikilya
- Asin at paminta para lumasa
- Tinadtad na sariwang perehil para sa dekorasyon

MGA TAGUBILIN:
a) Painitin muna ang iyong oven sa 375°F (190°C) at lagyan ng mantika ang isang 9x13-inch na baking dish.
b) Magluto ng lasagna noodles ayon sa mga tagubilin sa pakete. Patuyuin at itabi.
c) Sa isang malaking kawali, matunaw ang mantikilya sa katamtamang init. Idagdag ang hiniwang sibuyas at igisa hanggang sa maging transparent.
d) Ilagay ang kalahati ng hiniwang patatas sa greased baking dish, na sinusundan ng kalahati ng ginisang sibuyas at kalahati ng tinadtad na anchovy fillet.
e) Ulitin ang mga layer kasama ang natitirang patatas, sibuyas, at bagoong.
f) Ibuhos ang mabibigat na cream sa ibabaw ng mga layer, tiyaking pantay na ibinahagi ito.
g) Timplahan ng asin at paminta ayon sa panlasa.
h) Takpan ang baking dish na may aluminum foil at maghurno ng 45 minuto.
i) Alisin ang foil at iwisik ang mga mumo ng tinapay nang pantay-pantay sa ibabaw.
j) Maghurno para sa karagdagang 10-15 minuto, o hanggang ang mga mumo ng tinapay ay ginintuang kayumanggi at malutong.
k) Hayaang lumamig ng ilang minuto bago ihain.
l) Palamutihan ng tinadtad na sariwang perehil bago ihain.

48. Dilled Swedish Veal Roast

MGA INGREDIENTS:
- 1 kutsarang Mantikilya o margarin
- 1 may buto, pinagsama, nakatali na balikat ng baka o inihaw na binti (3lb)
- 8 onsa Mushroom; quartered
- 24-36 napakaliit na karot o 6-8 med. karot
- 2 tablespoons Tinadtad na sariwang dill o 2 tsp. tuyong damo ng dill
- ⅛ kutsarita ng giniling na puting paminta
- ¼ tasa ng lemon juice
- ½ tasa ng tuyong puting alak
- 3 kutsarang Cornstarch
- ⅓ tasa ng Whipping cream
- Asin, sa panlasa
- I-twist ng lemon peel
- Mga sanga ng dill

MGA TAGUBILIN:

a) Matunaw ang mantikilya sa isang malawak na nonstick frying pan sa medium-high heat.
b) Magdagdag ng karne ng baka at kayumanggi nang maayos sa lahat ng panig, pagkatapos ay ilagay sa isang 4-quart o mas malaking electric slow cooker.
c) Palibutan ang veal ng mga mushroom at carrots (kung gumagamit ng medium-sized na carrots, gupitin muna ang bawat isa sa kalahating crosswise, pagkatapos ay gupitin ang pahaba sa quarters).
d) Budburan ng tinadtad na dill at puting paminta. Ibuhos sa lemon juice at alak.
e) Takpan at lutuin sa mababang setting hanggang malambot na malambot ang karne ng baka kapag tinusok (7½-9 na oras).
f) Maingat na iangat ang karne ng baka sa isang mainit na malalim na pinggan.
g) Gamit ang isang slotted na kutsara, iangat ang mga karot at mushroom mula sa kusinilya at ayusin sa paligid ng veal; Manatiling mainit.
h) Sa isang maliit na mangkok, paghaluin ang gawgaw at cream; timpla sa likido sa kusinilya.
i) Dagdagan ang setting ng init ng kusinilya sa mataas; takpan at lutuin, haluin ng 2 o 3 beses hanggang lumapot ang sarsa (15-20 minuto pa).
j) Timplahan ng asin.
k) Upang ihain, alisin at itapon ang mga string mula sa veal. Hatiin ang butil.
l) Kutsara ang ilan sa sarsa sa ibabaw ng karne ng baka at mga gulay; kung ninanais, palamutihan ng lemon peel at dill sprigs. Ihain ang natitirang sarsa sa isang mangkok o pitsel upang magdagdag ng lasa.

49. Mga Hamburger na may Sibuyas, Swedish Style

MGA INGREDIENTS:
- 1½ pounds Ground beef
- 3 kutsarang Mantikilya
- 3 dilaw na sibuyas; hiniwa
- 1 berdeng paminta; sa mga singsing
- Asin at paminta
- Mga patatas ng perehil; adobo na mga pipino (opsyonal)

MGA TAGUBILIN:
a) Hugis ang giniling na baka sa 4 o 5 patties, hawakan ito nang kaunti hangga't maaari.
b) Sa isang kawali, matunaw ang kalahati ng mantikilya.
c) Idagdag ang hiniwang sibuyas at igisa sa mahinang apoy hanggang sa maging ginintuang.
d) Idagdag ang mga singsing ng paminta at ½ tasa ng tubig na kumukulo.
e) Timplahan ng asin at paminta ayon sa panlasa, alisin sa init, at panatilihing mainit-init.
f) Timplahan ang beef patties sa magkabilang panig.
g) Sa parehong kawali, igisa ang mga patties sa natitirang mantikilya hanggang sa maabot nila ang nais na doneness.
h) Itaas ang bawat patty na may pinaghalong sibuyas.
i) Ihain kasama ng perehil patatas at adobo na mga pipino kung ninanais.

50. Norwegian Poached Salmon na may Anchovy Butter

MGA INGREDIENTS:
- 1½ kutsarang unsalted butter, pinalambot
- 1½ kutsarang tinadtad na sariwang dahon ng perehil
- ¾ kutsarita ng anchovy paste o mashed anchovy fillet
- 1 sibuyas, hiniwa
- ⅓ tasa Distilled white vinegar
- ¼ tasa ng Asukal
- ½ kutsarita Black peppercorns
- 1 kutsarita buto ng kulantro
- ½ kutsarita buto ng mustasa
- 1 kutsarita ng Asin
- Dalawang 1-pulgada ang kapal ng salmon steak (bawat isa ay humigit-kumulang 1/2 pound)

MGA TAGUBILIN:
a) Sa isang maliit na mangkok, pagsamahin nang mabuti ang mantikilya, tinadtad na perehil, anchovy paste, at sariwang giniling na itim na paminta sa panlasa. Itabi ang anchovy butter, tinakpan.
b) Sa isang kasirola, pagsamahin ang hiniwang sibuyas, suka, asukal, peppercorns, coriander seeds, mustard seeds, asin, at 4 na tasang tubig. Dalhin ang timpla sa isang pigsa at kumulo sa loob ng 15 minuto.
c) Salain ang pinaghalong sa pamamagitan ng isang pinong salaan sa isang malalim, mabigat na kawali na sapat lamang ang laki upang hawakan ang salmon sa isang layer.
d) Idagdag ang salmon sa poaching liquid, dalhin ito sa isang kumulo, at i-poach ang salmon, na natatakpan, sa loob ng 8 hanggang 10 minuto o hanggang sa matuklap na lang.
e) Ilipat ang mga salmon steak sa mga plato gamit ang isang slotted spatula, na nagpapahintulot sa poaching liquid na maubos.
f) Hatiin ang nakareserbang anchovy butter sa pagitan ng mga steak ng salmon.

51. Swedish Meat Loaf

MGA INGREDIENTS:
- 1 tasa Cream ng Mushroom Soup
- 1½ pounds Ground beef
- 1 Itlog; bahagyang pinalo
- ½ tasa ng mga mumo ng tinapay, tuyo
- ¼ kutsarita ng Nutmeg, giniling
- ½ tasa ng kulay-gatas

MGA TAGUBILIN:
a) Sa isang mixing bowl, lubusang pagsamahin ang giniling na baka, itlog, mumo ng tinapay, nutmeg, at ⅓ tasa ng Cream of Mushroom Soup.
b) Hugis ang pinaghalong matatag sa isang hugis ng tinapay at ilagay ito sa isang mababaw na baking pan.
c) Maghurno sa 350 degrees para sa 1 oras.
d) Habang nagluluto ang meatloaf, timpla ang natitirang Cream of Mushroom Soup na may sour cream sa isang kasirola.
e) Init ang sarsa, pagpapakilos paminsan-minsan.
f) Ihain ang sauce sa ibabaw ng baked meat loaf.
g) Budburan ng karagdagang nutmeg para sa lasa.
h) Palamutihan ng mga hiwa ng pipino kung ninanais.

52.Swedish Dilled Roast Beef

MGA INGREDIENTS:
- ¾ tasa pulang repolyo, hiniwang manipis na papel
- 1 kutsarita ng Raspberry o red wine vinegar
- Mantika
- Asin at sariwang paminta sa lupa
- 1 kutsara Inihanda na cream ng malunggay
- 2 Lefse o flour tortillas
- 1 kutsarang tinadtad na sariwang dill
- 2 malaking dahon ng Boston lettuce
- 3 hanggang 4 na onsa ng manipis na hiniwang inihaw na baka

MGA TAGUBILIN:
a) Ihagis ang repolyo na may suka, langis ng gulay, asin, at paminta sa panlasa.
b) Ikalat ang malunggay na cream sa lefse o flour tortillas; budburan ng kaunting dill.
c) Itaas ang lettuce, roast beef, repolyo, at natitirang dill.
d) Roll up na parang burrito.

53. Gravlax (Swedish Sugar at Salt Cured Salmon)

MGA INGREDIENTS:
- 2 center-cut salmon fillet; humigit-kumulang 1 pound bawat isa, na may natitirang balat
- ⅔ tasa ng Asukal
- ⅓ tasa Coarse salt
- 15 Magaspang na durog na puting paminta
- 1 malaking bungkos ng dill
- 3 kutsarang Dijon mustard
- 1 kutsarang Asukal
- 1 kutsarang Suka
- Salt at ground white pepper, sa panlasa
- ½ tasa ng langis ng gulay
- ½ tasa tinadtad na sariwang dill

MUSTARD DILL SAUCE:
- 3 kutsarang Dijon mustard
- 1 kutsarang Asukal
- 1 kutsarang Suka
- Salt at ground white pepper, sa panlasa
- ½ tasa ng langis ng gulay
- ½ tasa tinadtad na sariwang dill

MGA TAGUBILIN:

a) Alisin ang anumang maliliit na buto mula sa mga fillet gamit ang isang pares ng sipit o pliers na may ilong na may karayom.
b) Paghaluin ang asukal, asin, at paminta sa isang mangkok.
c) Takpan ang ilalim ng isang baking dish na may ⅓ ng dill.
d) Kuskusin ang kalahati ng pinaghalong asukal-asin sa unang fillet, sa magkabilang panig, at itabi ang balat sa ibabaw ng dill.
e) Takpan ng ⅓ ng dill.
f) Ihanda ang iba pang fillet ng salmon sa parehong paraan at takpan ang natitirang fillet, gilid ng balat, kasama ang natitirang dill sa itaas.
g) Takpan ng plastic wrap, maglagay ng cutting board na may mabigat na pabigat sa ibabaw, at i-marinate sa refrigerator sa loob ng 24 na oras.
h) Alisin sa plastic wrap at itapon ang mga naipon na juice.
i) I-rewrap at palamigin para sa isa pang 24 - 48 na oras.
j) Siskisan ang marinade at hiwain ng manipis na papel.

Mustard Dill Sauce:

k) Paghaluin ang mustasa, asukal, suka, asin, at paminta sa isang mangkok.
l) Dahan-dahang ihalo ang mantika hanggang sa lumapot ang timpla.
m) Pukawin ang tinadtad na sariwang dill.
n) Ihain ang Gravlax na may Mustard Dill Sauce, hiniwang manipis na papel, at magsaya!

54. Swedish Chicken Salad

MGA INGREDIENTS:
- 3 tasa Diced malamig, nilutong manok
- ½ tasa ng mayonesa
- ⅓ tasa ng kulay-gatas
- 2 hanggang 3 kutsarita ng Curry powder
- Asin at paminta para lumasa
- Malutong na dahon ng litsugas, hugasan at tuyo
- 2 matigas na luto na itlog, kabibi at hiwa-hiwain
- 6 pinalamanan na olibo, hiniwa
- 2 kutsarang Capers, pinatuyo
- 3 kutsara Pinong tinadtad na atsara ng dill

MGA TAGUBILIN:
a) Pagsamahin ang manok na may mayonesa, sour cream, at curry powder.
b) Timplahan ng asin at paminta. Haluing mabuti.
c) Palamigin ng 1 oras o mas matagal pa para maghalo ng lasa.
d) Kapag handa nang ihain, ayusin ang mga dahon ng litsugas sa isang pinggan.
e) Kutsara ang chicken salad sa ibabaw ng lettuce.
f) Palamutihan ng mga nilutong itlog, olibo, caper, at tinadtad na atsara ng dill.

55. Norwegian Juniper-Cured Salmon

MGA INGREDIENTS:
- 2 kilo ng Salmon fillet
- ½ tasa ng Juniper berries
- 2 kutsarang Asin
- 4 na kutsarang Asukal
- ¼ tasa Dijon-style mustard
- ½ tasang may pulbos na asukal
- ½ kutsarang langis ng oliba
- ½ kutsarang Dill, pinong tinadtad

MUSTARD SAUCE:
- Pagsamahin ang mustasa, asukal, mantika, at dill.

MGA TAGUBILIN:
a) Hugasan ang salmon, patuyuin, at alisin ang anumang buto.
b) Durugin ang juniper berries sa isang food processor o blender.
c) Paghaluin ang asin at asukal.
d) Kuskusin ang pinaghalong asin at asukal sa magkabilang panig ng salmon. Ilagay ang salmon nang patag, nakababa ang balat, sa isang kawali.
e) Ikalat ang durog na juniper berries sa itaas na bahagi ng salmon. Takpan ng foil at ilagay ang mga timbang (tulad ng ilang lata ng pagkain o maliit na tabla na may isa o dalawang lata) sa itaas.
f) Palamigin sa loob ng 48 oras, paikutin ang salmon nang maraming beses. Panatilihin ang timbang sa ibabaw ng salmon.
g) I-scrape off ang juniper berries, gupitin ang salmon sa manipis na hiwa, at ihain kasama ng mustard sauce.

Mustard Sauce:
h) Pagsamahin ang Dijon-style mustard, powdered sugar, olive oil, at pinong tinadtad na dill.
i) Tangkilikin ang iyong masarap na Norwegian Juniper-Cured Salmon!

56.Swedish Style Steak

MGA INGREDIENTS:
- 2 libra na walang buto na bilog na steak
- Asin at paminta
- 1 kutsarita ng dill weed
- 1 katamtamang sibuyas, hiniwa
- 1 beef bouillon cube, gumuho
- ½ tasang tubig
- ¼ tasa ng harina
- ¼ tasa ng tubig
- 1 tasa ng kulay-gatas

MGA TAGUBILIN:

a) Gupitin ang steak sa mga piraso ng laki ng paghahatid. Budburan ng asin at paminta. Ilagay sa isang mabagal na pagluluto ng kaldero.
b) Magdagdag ng dill, sibuyas, bouillon cube, at ½ tasa ng tubig.
c) Takpan at lutuin sa mababang loob ng 6 hanggang 8 oras.
d) Alisin ang karne.
e) Palamutin ang mga katas na may harina na natunaw sa ¼ tasa ng tubig. I-on ang control sa mataas at lutuin ng 10 minuto o hanggang medyo lumapot.
f) Gumalaw sa kulay-gatas.
g) Patayin ang init.

57. Norwegian Pea Soup

MGA INGREDIENTS:

sopas:
- 1 pound Dried split peas
- 2 litrong Tubig
- 2 malalaking sibuyas, pinong tinadtad
- 3 malalaking karot, pinong tinadtad
- 2 tadyang ng kintsay, pinong diced
- 1 katamtamang patatas, pinong hiniwa
- Asin, sa panlasa
- Pepper, sa panlasa

MGA BOLA NG KARNE:
- 1 libra Pork sausage
- ½ tasang mikrobyo ng trigo

GARNISH:
- Tinadtad na perehil

MGA TAGUBILIN:

sopas:
a) Ilagay ang lahat ng sangkap (split peas, tubig, sibuyas, carrots, celery, patatas, asin, at paminta) sa isang sopas pot at kumulo nang dahan-dahan sa loob ng dalawang oras.
b) Magdagdag ng mga pampalasa sa panlasa.

MGA BOLA NG KARNE:
c) Buuin ng maliliit na bola ang pork sausage.
d) Pagulungin ang mga bola ng baboy sa mikrobyo ng trigo.
e) Dahan-dahang ilagay ang mga bola ng baboy sa sopas.
f) Dahan-dahang kumulo para sa isa pang oras o hanggang sa maluto ang sopas.
g) Palamutihan ang bawat mangkok ng tinadtad na perehil.
h) Tangkilikin ang iyong nakabubusog na Norwegian Pea Soup!

58.Salmon na may inihaw na sibuyas

MGA INGREDIENTS:
- 2 tasang hardwood chips, ibinabad sa tubig
- 1 malaking side farmed Norwegian salmon (mga 3 pounds), inalis ang pin bones
- 3 tasang Smoking Brine, gawa sa vodka
- ¾ cup Smoking Rub
- 1 kutsarang pinatuyong dill weed
- 1 kutsarita ng sibuyas na pulbos
- 2 malalaking pulang sibuyas, gupitin sa mga bilog na makapal na pulgada
- ¾ cup extra-virgin olive oil 1 bungkos ng sariwang dill
- Pinong gadgad na sarap ng 1 lemon 1 sibuyas ng bawang, tinadtad
- Coarse salt at ground black pepper

MGA TAGUBILIN:

a) Ilagay ang salmon sa isang jumbo (2-gallon) na zipper-lock na bag. Kung mayroon ka lamang 1-gallon na bag, hatiin ang isda sa kalahati at gumamit ng dalawang bag. Idagdag ang brine sa (mga) bag, pindutin ang hangin, at i-seal. Palamigin ng 3 hanggang 4 na oras.

b) Paghaluin ang lahat maliban sa 1 kutsara ng kuskusin na may pinatuyong dill at pulbos ng sibuyas at itabi. Ibabad ang mga hiwa ng sibuyas sa tubig ng yelo. Mag-init ng grill para sa hindi direktang mababang init, mga 225¡F, na may usok. Alisan ng tubig ang mga wood chips at idagdag ang mga ito sa grill.

c) Alisin ang salmon mula sa brine at patuyuin ng mga tuwalya ng papel. Itapon ang brine. Pahiran ang isda ng 1 kutsarang mantika at iwiwisik ang matabang bahagi ng kuskusin na may tuyong dill.

d) Iangat ang mga sibuyas mula sa tubig ng yelo at patuyuin. Pahiran ng 1 kutsara ng mantika at iwiwisik ang natitirang 1 kutsarang kuskusin. Itabi ang isda at sibuyas para magpahinga ng 15 minuto.

e) I-brush ang grill grate at kuskusin ng langis. Ilagay ang salmon, flesh-side down, direkta sa apoy at ihaw sa loob ng 5 minuto hanggang sa maging golden brown ang ibabaw. Gamit ang isang malaking fish spatula o dalawang regular na spatula, paikutin ang balat ng isda pababa at ilagay sa grill grate palayo sa apoy. Ilagay ang mga hiwa ng sibuyas nang direkta sa apoy.

f) Isara ang grill at lutuin hanggang sa matigas ang salmon sa labas, ngunit hindi tuyo, at nababanat sa gitna, mga 25 minuto. Kapag tapos na, ang moisture ay lalabas sa ibabaw kapag ang isda ay dahan-dahang pinindot. Hindi ito dapat ganap na matuklap sa ilalim ng presyon.

g) I-on ang mga sibuyas nang isang beses sa oras ng pagluluto.

GILID AT SALAD

59. Norwegian Meat Salad

MGA INGREDIENTS:
- 1 tasang Julienne strips ng nilutong beef, veal, o tupa
- 1 tasang Julienne strips ng inihurnong o pinakuluang hamon
- 1 kutsarang tinadtad na sibuyas
- 6 na kutsarang langis ng salad
- 2 kutsarang suka ng cider
- ½ kutsarita ng Paminta
- 1 kutsarita tinadtad na perehil
- ¼ tasa ng makapal na cream o kulay-gatas
- 1 hard-boiled egg, hiniwa
- 1 Pinakuluang o adobo na beet, hiniwa

MGA TAGUBILIN:
a) Paghaluin ang mga hiniwang karne na may tinadtad na sibuyas.
b) Talunin ang mantika, suka, paminta, at perehil.
c) Pukawin ang cream sa dressing.
d) Paghaluin ang dressing sa mga karne, pagsamahin nang bahagya.
e) Palamutihan ng hiniwang itlog at beet.
f) Ihain itong Norwegian Meat Salad bilang pangunahing dish salad. Enjoy!

60. Danish Crisp Onions

MGA INGREDIENTS:
- 4 na malalaking White Fleshed Onions
- ½ tasang All-Purpose Flour, Unsifted
- 1½ pulgadang Langis ng Salad

MGA TAGUBILIN:

a) Balatan at hiwain ng manipis ang mga sibuyas. Paghiwalayin ang mga hiwa sa mga singsing at ilagay sa isang malaking bag na may harina.

b) Isara ang bag at iling upang mabalot ang mga singsing.

c) Sa isang malalim na 3-quart saucepan sa mataas na init, dalhin ang langis ng salad sa 300 degrees.

d) Magdagdag ng humigit-kumulang ⅓ ng mga sibuyas sa mantika at lutuin ng mga 10 minuto o hanggang sa maging golden brown ang mga sibuyas. I-regulate ang init upang mapanatili ang temperatura na 275 degrees.

e) Haluin ang mga sibuyas nang madalas. Gamit ang isang slotted na kutsara, iangat ang mga sibuyas mula sa mantika at alisan ng tubig ang sumisipsip na materyal. Alisin ang anumang mga particle na mas mabilis na kayumanggi kaysa sa iba upang maiwasan ang mga ito sa pagkapaso.

f) Lutuin ang natitirang mga sibuyas sa mantika, kasunod ng parehong pamamaraan.

g) Ihain ang mga sibuyas na mainit o malamig. Kapag ganap na malamig, mag-imbak ng airtight para magamit sa ibang pagkakataon.

h) Mag-imbak sa refrigerator hanggang sa tatlong araw o 1 buwan sa freezer.

i) Ihain mula mismo sa refrigerator o freezer. Upang magpainit muli, ikalat sa isang layer sa isang mababaw na kawali at ilagay sa isang 350-degree na oven sa loob ng 2 o 3 minuto.

61. Danish Feta Cheese-Broiled Tomatoes

MGA INGREDIENTS:
- 3 malalaking kamatis, gupitin sa kalahati
- Dash ng paminta
- ½ tasa ng mayonesa
- ½ tasa Danish Feta cheese, pinong gumuho
- 1 kutsarang tinadtad na berdeng sibuyas
- ⅛ kutsarita ng pinatuyong thyme

MGA TAGUBILIN:
a) Bahagyang i-core ang mga kamatis, pagkatapos ay iwiwisik ang mga ito ng paminta.
b) Sa isang mangkok, haluin ang mayonesa, Danish Feta cheese, tinadtad na berdeng sibuyas, at pinatuyong thyme.
c) Kutsara ang pinaghalong Feta sa mga halves ng kamatis.
d) Iprito ng mga 5 minuto o hanggang sa maging golden brown ang mga tuktok.

62. Norwegian Lobster na may Patatas at Cream Salad

MGA INGREDIENTS:
MAYONNAISE (BASIC RECIPE):
- 3 sariwang pula ng itlog (maliit)
- 1 kutsarang White wine vinegar
- 1 kutsarita Lemon juice
- 1 kutsarita Magandang kalidad Dijon fine ground mustard
- Sea salt at fresh ground black pepper
- 150 mililitro Magandang kalidad ng langis ng oliba (1/4 pint)
- 290 mililitro Magandang kalidad ng langis ng salad (mantika ng sunflower, ngunit hindi soya) (1/2 pint)
- 1 kurot ng Caster sugar

NOSH POTATO SALAD:
- 450 gramo Maliit na bagong patatas (1 lb)
- 6 spring onions, hiniwa nang manipis sa dayagonal
- 150 mililitro Mayonnaise (1/4 pint) (tingnan ang recipe sa itaas)
- 4 na kutsarang kulay-gatas
- 3 kutsara Pinong tinadtad na sariwang chives
- Sea salt at fresh ground black pepper

LOBSTER:
- 1 Lobster (1.5 hanggang 2.5 lb)
- 180 gramo ng asin sa dagat (6 oz)
- 1 galon na Tubig
- 1 pinong tinadtad na pulang sili (tinadtad at tinanggal ang binhi)
- 2 cloves bawang, durog

MGA TAGUBILIN:
MAYONNAISE (BASIC RECIPE):
a) Paghaluin ang mga pula ng itlog na may suka at mag-iwan ng 5-10 minuto, haluin nang isa o dalawang beses.
b) Talunin ang mga yolks na may asin at mustasa. Ibuhos ang halo-halong mga langis, isama ang mga ito nang lubusan, matalo sa lahat ng oras, hanggang sa kalahati ng langis ay magamit.
c) Magdagdag ng lemon juice at ipagpatuloy ang pagbuhos at paghalo ng mantika.
d) Ayusin ang pampalasa. Kung ang mayo ay mukhang masyadong manipis o nahati, talunin ang isa pang pula ng itlog sa isang hiwalay na mangkok at ibuhos ang orihinal na timpla sa unti-unti, matalo ng mabuti.

NOSH POTATO SALAD:
e) Pakuluan ang patatas sa inasnan na tubig hanggang malambot ngunit may 'waxy' na gitna. I-refresh sa tubig ng yelo, alisan ng tubig, at balatan ang mga balat. Hatiin sa manipis na mga bilog.
f) Magdagdag ng hiniwang spring onions sa mayonesa at kulay-gatas. Timplahan ng asin at sariwang giniling na itim na paminta.
g) Magdagdag ng hiniwang patatas, pagsamahin nang malumanay ngunit lubusan. Magdagdag ng chives at tiklupin. Kung ang timpla ay masyadong tuyo, magdagdag ng higit pang mayo hanggang basa.

LOBSTER:
h) Pakuluan ang lobster sa isang malaking kawali ng kumukulong tubig na inasnan sa loob ng 10-15 minuto hanggang 1.5 lb at 15-20 minuto hanggang 2.5 lb.
i) Ang lobster ay niluto kapag ang tubig ay kumulo. Hatiin ang lobster sa kalahati.
j) Alisin ang tiyan at bituka, linisin ang natitira, at magsaya.
k) Upang ihain, magdagdag ng pinong tinadtad na pulang sili at dinurog na bawang sa mayo mix. Maglagay ng dollop sa puwang na natitira sa pagtanggal ng tiyan.

63. Swedish Baked Beans

MGA INGREDIENTS:
- ¾ tasa Manipis na hiniwang sibuyas
- ½ tasa diced carrots
- 1 kutsarang tinadtad na bawang
- 1 kutsarang Olive oil
- ⅓ tasa ng puting alak
- 3 tasang nilutong Swedish beans ni Esther
- ⅓ tasa ng maitim na pulot
- 2 kutsarang toyo
- 1 kutsarang Dijon mustard
- asin; sa panlasa
- Bagong-giniling na itim na paminta; sa panlasa

MGA TAGUBILIN:
a) Painitin ang hurno sa 350 degrees.
b) Sa isang kawali, igisa ang mga sibuyas, karot, at bawang sa langis ng oliba sa katamtamang init hanggang sa bahagyang kayumanggi.
c) Pagsamahin sa mga natitirang sangkap at ilagay sa isang lightly-buttered o oiled casserole.
d) Maghurno nang walang takip sa loob ng 35 hanggang 40 minuto.

64. Norwegian Baked Apples

MGA INGREDIENTS:
- 2 Malaking Pulang Baking Apples
- 4 ounces Gjetost Cheese, 1 tasa ginutay-gutay
- ⅓ tasa ng tinadtad na Pecans
- ¼ tasa ng mga pasas
- 2 kutsarang Brown Sugar
- ½ kutsarita ng kanela
- ⅛ kutsarita ng Nutmeg

MGA TAGUBILIN:
a) Gupitin ang malalaking pulang mansanas sa kalahati at alisin ang mga core upang lumikha ng mga kalahati ng mansanas.
b) Sa isang 8-inch microwave-safe dish, pagsamahin ang ginutay-gutay na Gjetost cheese, tinadtad na pecan, pasas, brown sugar, cinnamon, at nutmeg.
c) Kutsara ang pantay na bahagi ng pinaghalong sa bawat kalahati ng mansanas.
d) Microwave sa mataas sa loob ng 5 hanggang 6 na minuto, paikutin ang ulam pagkatapos ng 3 minuto (o gumamit ng turntable).
e) Takpan ng plastic wrap at hayaang tumayo ng 3 minuto.

65. Danish Cabbage Rolls

MGA INGREDIENTS:
- 1 medium na berdeng repolyo
- ½ kutsarita ng Asin
- 2 kutsarang Margarin
- ½ tasang tinadtad na sibuyas
- ¾ tasa diced celery
- 1 karot, ginutay-gutay nang magaspang
- 1 pound Lean ground beef
- ½ libra Hiniwang Havarti cheese
- ¾ tasa ng Beer
- ½ tasa ng sarsa ng sili
- ½ tasang hinimay na Havarti

MGA TAGUBILIN:

a) Banlawan ang repolyo sa malamig na tubig at alisin ang mga panlabas na dahon.
b) Ilagay ang repolyo sa isang malaking takure na may 2 tasang tubig na kumukulo. Takpan ng mahigpit. Pakuluan at bawasan ang init. Magluto ng humigit-kumulang 3 minuto.
c) Simulan ang pagbabalat ng mga dahon at ayusin ang mga ito sa isang malaking baking sheet. Gumamit ng matalim na kutsilyo para putulin ang mabibigat na tadyang para madaling gumulong ang punong dahon ng repolyo.
d) Ayusin ang 8 malalaking dahon at ilagay ang maliliit na dahon sa ibabaw.
e) Sa isang malaking kawali, matunaw ang margarine. Magdagdag ng sibuyas, kintsay, at karot.
f) Magdagdag ng karne ng baka at kayumanggi. Magluto nang walang takip para sa mga 5 minuto.
g) Maglagay ng slice ng Havarti cheese sa bawat dahon ng repolyo. Punan ang bawat isa ng humigit-kumulang ½ tasa ng pinaghalong karne.
h) I-fold ang dalawang gilid sa ibabaw ng palaman at i-roll. Ayusin ang mga rolyo ng repolyo sa isang baking dish (8½ x 12 pulgada) na nakababa ang gilid ng tahi.
i) Ibuhos sa beer. Takpan ang pinggan nang mahigpit na may foil.
j) Maghurno sa 350 degrees sa loob ng 30 minuto.
k) Alisin ang foil at kutsarang beer sa ibabaw ng repolyo.
l) Kutsara ng chili sauce na hinaluan ng ginutay-gutay na keso sa ibabaw.
m) Ibalik sa oven at maghurno nang walang takip para sa karagdagang 5 minuto.
n) Masiyahan sa iyong Danish Cabbage Rolls!

66.Swedish Cole-Slaw na may Fennel

MGA INGREDIENTS:
- 1 buong haras
- 1 karot
- 1 clove Bawang
- 2 kutsarang Dried Cranberries
- 2 kutsarang Red Wine Vinegar
- 2 kutsarang Honey
- 2 kutsarang Langis ng Gulay
- Asin at paminta para lumasa

MGA TAGUBILIN:
a) Pinong hiwain ang haras.
b) Grate ang mga karot.
c) Grate ang clove ng bawang.
d) Sa isang medium mixing bowl, ihalo ang haras, karot, cranberry, at bawang.
e) Sa isang hiwalay na mangkok, ihanda ang dressing sa pamamagitan ng paghahalo ng red wine vinegar, honey, vegetable oil, asin, at paminta.
f) Idagdag ang dressing sa pinaghalong slaw, i-adjust sa panlasa.
g) Hayaang umupo ng hindi bababa sa 4 na oras upang hayaang maghalo ang mga lasa, at para maging adobo ang haras.

67. Swedish Rutabagas

MGA INGREDIENTS:
- 2 medium na Rutabagas, binalatan, pinaghiwa-hiwalay, at hiniwang 1/4" ang kapal
- 2 kutsarang Brown sugar
- ½ kutsarita ng giniling na luya
- ½ kutsarita ng Asin
- ⅛ kutsarita ng Paminta
- 2 kutsarang Mantikilya

MGA TAGUBILIN:
a) Magluto ng rutabagas sa kumukulong inasnan na tubig; alisan ng tubig.
b) Sa isang mangkok, pagsamahin ang brown sugar, luya, asin, at paminta. Haluing mabuti.
c) Idagdag ang pinaghalong asukal at pampalasa kasama ng mantikilya sa rutabagas.
d) Haluin nang dahan-dahan sa mahinang apoy hanggang matunaw ang asukal, humigit-kumulang 2 hanggang 3 minuto.

68. Danish Cucumber Salad

MGA INGREDIENTS:
- 3 malalaking pipino, binalatan
- asin
- ⅔ tasa ng puting suka
- ½ tasang Tubig
- ½ tasang Asukal
- ½ kutsarita ng Asin
- ¼ kutsarita puting paminta
- 2 kutsarang sariwang dahon ng dill, tinadtad o
- 1 kutsarang pinatuyong dill
- Pula/dilaw na cherry tomatoes (para sa dekorasyon)

MGA TAGUBILIN:

a) Hiwain ang mga pipino nang napakanipis. Ayusin ang mga ito sa mga layer sa isang mangkok na hindi aluminyo, iwisik ang bawat layer ng asin.

b) Maglagay ng plato sa ibabaw ng mga pipino at mabigat na timbang sa ibabaw ng ulam. Hayaang manatili sila sa temperatura ng silid sa loob ng ilang oras o magdamag sa refrigerator.

c) Alisan ng tubig ang mga pipino. Patuyuin sa mga tuwalya ng papel. Bumalik sa isang mangkok.

d) Sa isang maliit na kawali, pakuluan hanggang sa kumulo ang suka, tubig, asukal, asin, at paminta.

e) Bawasan ang apoy at kumulo ng 3 minuto, haluin hanggang matunaw ang asukal.

f) Ibuhos ang mainit na timpla sa mga pipino.

g) Budburan ng tinadtad na dill. Palamigin ng 3 hanggang 4 na oras.

h) Alisan ng tubig ang mga pipino at ihain sa isang glass bowl, na napapalibutan ng mga cherry tomatoes.

69. Norwegian Parsley Potatoes

MGA INGREDIENTS:
- 2 libra Maliit na pulang patatas
- ½ tasa mantikilya o margarin
- ¼ tasa sariwang perehil, tinadtad
- ¼ kutsarita ng pinatuyong marjoram

MGA TAGUBILIN:

a) Magluto ng patatas sa kumukulong inasnan na tubig sa loob ng 15 minuto o hanggang malambot.

b) Palamig nang bahagya ang patatas. Gamit ang isang matalim na kutsilyo, alisin ang isang makitid na strip ng balat sa paligid ng gitna ng bawat patatas.

c) Sa isang malaking kawali, matunaw ang mantikilya. Magdagdag ng perehil at marjoram.

d) Idagdag ang patatas at haluin ng malumanay hanggang mabalot at uminit.

PRUTAS SOUPS

70.Danish na Apple Soup

MGA INGREDIENTS:
- 2 malalaking Mansanas, pinaguutot, tinadtad
- 2 tasang Tubig
- 1 cinnamon stick
- 3 Buong clove
- ⅛ kutsarita ng Asin
- ½ tasang Asukal
- 1 kutsarang Cornstarch
- 1 tasa sariwang prune plum, hindi binalatan at hiniwa
- 1 tasa sariwang mga milokoton, binalatan at gupitin
- ¼ tasa Port wine

MGA TAGUBILIN:
a) Pagsamahin ang mga mansanas, tubig, cinnamon stick, cloves, at asin sa isang medium-large na kasirola.
b) Haluin ang asukal at gawgaw at idagdag sa pinaghalong purong mansanas.
c) Idagdag ang mga plum at peach at kumulo hanggang sa lumambot ang mga prutas at bahagyang lumapot ang timpla.
d) Idagdag ang port wine .
e) Mga nangungunang indibidwal na serving na may isang maliit na piraso ng light sour cream o non-fat vanilla yogurt.

71. Norwegian Blueberry Soup

MGA INGREDIENTS:
- 1 Sobre na walang lasa ng gulaman
- ¼ tasa ng malamig na tubig
- 4 tasa sariwang orange juice
- 3 kutsarang sariwang lemon juice
- ¼ tasa ng Asukal
- 2 tasa Mga sariwang blueberries, hugasan
- Sariwang mint, para sa dekorasyon

MGA TAGUBILIN:
a) Palambutin ang gelatin sa malamig na tubig sa isang tasa ng custard. Ilagay sa isang kawali ng mainit (hindi kumukulo) na tubig hanggang sa matunaw at handa nang gamitin.
b) Pagsamahin ang orange juice, lemon juice, at asukal sa tinunaw na gulaman. Haluin hanggang matunaw ang asukal at gulaman.
c) Palamigin hanggang sa magsimulang lumapot ang timpla.
d) Tiklupin ang mga blueberries sa pinaghalong.
e) Palamigin hanggang handa nang ihain.
f) Kutsara sa pinalamig na bouillon cups at palamutihan ng sariwang mint.
g) Tangkilikin ang iyong nakakapreskong Norwegian Blueberry Soup!

72. Danish Apple Soup na may Prutas at Alak

MGA INGREDIENTS:
- 2 malalaking Mansanas, kinurot, tinadtad, at pinutol sa malalaking dice
- 2 tasang Tubig
- 1 cinnamon stick (2 pulgada)
- 3 Buong clove
- 1/8 kutsarita ng Asin
- ½ tasang Asukal
- 1 kutsarang Cornstarch
- 1 tasa Mga sariwang prune plum, hindi binalatan at hiniwa sa ikawalo
- 1 tasa Mga sariwang milokoton, binalatan at pinutol sa malalaking dice
- ¼ tasa Port wine

MGA TAGUBILIN:
a) Pagsamahin ang mga mansanas, tubig, cinnamon stick, cloves, at asin sa isang medium-large na kasirola.
b) Takpan at lutuin sa medium heat hanggang lumambot ang mansanas.
c) Alisin ang buong pampalasa at katas sa pamamagitan ng pagpilit sa mainit na timpla sa pamamagitan ng isang magaspang na salaan.
d) Pagsamahin ang asukal at gawgaw at idagdag sa pinaghalong purong mansanas.
e) Idagdag ang mga plum at peach at kumulo hanggang sa lumambot ang mga prutas at bahagyang lumapot ang timpla. Magtatagal ito ng napakaikling panahon.
f) Idagdag ang port wine at lasa para sa tamis, pagdaragdag ng higit pang asukal kung kinakailangan. Gayunpaman, tandaan, ang lasa ng sopas ng mansanas na ito ay dapat na maasim.
g) Palamigin nang maigi.
h) Mga nangungunang indibidwal na serving na may isang maliit na piraso ng light sour cream o non-fat vanilla yogurt.
i) Bahagyang lagyan ng alikabok ang cream o yogurt na may kaunting nutmeg.

73. Danish na Matamis na Sopas

MGA INGREDIENTS:
- 1 quart Pulang katas ng prutas
- ½ tasa ng mga pasas, ginintuang
- ½ tasa ng mga currant
- ½ tasa ng prunes; o mga plum, pitted at tinadtad
- ½ tasang Asukal
- 3 kutsarang Tapioca, Minuto
- 2 hiwa ng Lemon
- Maliit na cinnamon stick

MGA TAGUBILIN:
a) Paghaluin ang katas ng prutas, pasas, currant, prun, at asukal.
b) Kumulo ng ilang minuto at pagkatapos ay magdagdag ng ilang hiwa ng lemon at isang maliit na cinnamon stick.
c) Magdagdag ng tapioca.
d) Ipagpatuloy ang pagluluto hanggang sa maging malinaw ang tapioca, hinahalo upang hindi dumikit ang tapioca.
e) Sandok sa mga pinggan at ihain kasama ng cream o Cool Whip.

74. Norwegian Fruit Soup (Sotsuppe)

MGA INGREDIENTS:
- 1 tasa Pitted dried prunes
- ¾ tasa ng mga pasas
- ¾ tasa ng pinatuyong mga aprikot
- Malamig na tubig
- ¼ tasa ng mabilis na pagluluto ng balinghoy, hindi luto
- 2 tasang Tubig
- 2 kutsarang Lemon juice
- 1 tasang Grape juice
- 1 kutsarita ng Suka
- ½ tasang Asukal
- 1 cinnamon stick

MGA TAGUBILIN:

a) Pagsamahin ang prun, pasas, at mga aprikot sa isang 3-quart na kasirola. Magdagdag ng sapat na tubig upang masakop, humigit-kumulang 3 tasa. Pakuluan at pakuluan ng dahan-dahan sa loob ng 30 minuto.

b) Sa isang maliit na kasirola, pakuluan ang 2 tasa ng tubig. Haluin ang tapioca at kumulo ng 10 minuto.

c) Kapag lumambot na ang prutas, ilagay ang nilutong tapioca, lemon juice, grape juice, suka, asukal, at cinnamon stick. Pakuluan, pagkatapos ay kumulo ng karagdagang 15 minuto. Alisin ang cinnamon stick. Ang timpla ay magpapalapot habang ito ay lumalamig; magdagdag pa ng kaunting tubig o katas ng ubas kung mukhang masyadong malapot.

d) Ihain mainit o malamig. Kung malamig ang ihain, maaari itong palamutihan ng whipped cream.

DESSERT

75. Suweko prutas sa liqueur

MGA INGREDIENTS:
- 1-pinta Blueberries, hinukay
- 1-pinta Mga raspberry, hinukay
- 1-pinta Mga strawberry, hinukay
- 1-pinta Pulang kurant
- 1 tasa ng butil na asukal
- ⅔ tasa Brandy
- ⅔ tasa Banayad na rum
- Whipped cream para sa dekorasyon

MGA TAGUBILIN:
a) Ilagay ang mga berry at pulang currant sa isang mangkok na salamin.
b) Magdagdag ng asukal, brandy, at rum, paminsan-minsang pagpapakilos.
c) Matarik magdamag sa refrigerator.

76. Swedish chocolate dessert konungens tarts

MGA INGREDIENTS:
- 2¼ tasa Pinakamahusay na All-purpose Flour ng Pillsbury
- ½ tasa Asukal
- ⅓ tasa kakaw
- ½ kutsarita Double-acting baking powder
- ½ kutsarita asin
- ¾ tasa mantikilya
- 1 Itlog; bahagyang pinalo
- 1 kutsara Gatas -Pagpupuno
- 1 Itlog
- ¼ tasa Asukal
- ¼ tasa Pinakamahusay na All-purpose Flour ng Pillsbury
- 1 tasa Gatas
- 1 kutsarita French Vanilla
- ½ tasa Whipping cream -Para sa chocolate filling---
- 3 kutsara kakaw
- 3 kutsara Asukal -Chocolate Icing---
- 2 kutsara mantikilya; natunaw
- 2 kutsara kakaw
- ½ tasa Asukal ng mga confectioner
- 1 Ang pula ng itlog
- ¼ kutsarita French Vanilla

MGA TAGUBILIN:
a) MAGBAKE sa 375 degrees sa loob ng 12 hanggang 15 minuto.
b) Salain ang harina, asukal, kakaw, baking powder, at asin.
c) Gupitin sa mantikilya hanggang ang mga particle ay kasing laki ng maliliit na gisantes.
d) Magdagdag ng 1 bahagyang pinalo na itlog at 1 sa kutsarang gatas; timpla sa isang tinidor o pastry blender.
e) Ilagay sa isang malaking ungreased baking sheet.
f) Ilagay sa isang baking sheet na may floured rolling pin sa isang 15 x 11-pulgadang parihaba.
g) Gupitin ang mga gilid gamit ang kutsilyo o pastry wheel. Gupitin sa tatlong 11 x 5-pulgadang parihaba.
h) Maghurno sa isang katamtamang oven, 375 degrees, sa loob ng 12 hanggang 15 minuto.

i) Palamigin sa baking sheet. Maluwag na maluwag gamit ang isang spatula.
j) I-stack ang mga layer sa ibabaw ng karton na natatakpan ng aluminum foil, na ikalat ang pagpuno sa pagitan ng mga layer hanggang sa loob ng ¼ pulgada ng gilid.
k) Frost tuktok. kung ninanais, palamutihan ng toasted slivered almonds. Palamigin hanggang matuyo ang frosting.
l) I-wrap nang maluwag sa aluminum foil; chill magdamag.

PAGPUPUNO:

m) Talunin ang 1 itlog hanggang malambot at malambot.
n) Dahan-dahang magdagdag ng asukal, patuloy na matalo hanggang sa makapal at magaan. Haluin sa harina.
o) Dahan-dahang magdagdag ng gatas na pinaso sa ibabaw ng double boiler.
p) Ibalik ang timpla sa double boiler. Magluto sa tubig na kumukulo, patuloy na pagpapakilos, hanggang sa makapal at makinis. Magdagdag ng banilya; malamig.
q) Talunin ang ½ tasa ng whipping cream hanggang makapal at tiklupin sa pagpuno.
r) Pagsamahin ang ½ tasa ng whipping cream, kakaw, at asukal. Talunin hanggang lumapot.

CHOCOLATE ICING:

s) Pagsamahin ang tinunaw na mantikilya, kakaw, asukal sa mga confectioner, pula ng itlog, at banilya. Talunin hanggang makinis.

77. Danish Blue Cheese Pie

MGA INGREDIENTS:
CRUST
- 11 ounces Pumpernickel Bread (1 tinapay)
- ½ tasang Mantikilya (Walang Margarine)

CHEESE PIE:
- 2 sobre na Walang lasa na Gelatin
- ½ tasang Malamig na Tubig
- 4 ounces Cream Cheese
- ¼ tasa ng Granulated Sugar
- 4 ounces Danish Blue Cheese
- 1 tasa ng Heavy Cream
- 1 libra na walang buto na berdeng ubas

MGA TAGUBILIN:
CRUST
a) Painitin muna ang oven sa 250 degrees F.
b) Patuyuin ang mga hiwa ng tinapay sa oven hanggang sa matigas ang mga ito upang madaling gumuho (mga 20 hanggang 25 minuto).
c) Matunaw ang mantikilya.
d) Durugin ang tinapay, gumawa ng humigit-kumulang 1½ tasa ng mga mumo.
e) Idagdag ang tinunaw na mantikilya at asukal, haluing mabuti.
f) Pindutin ang mga mumo sa isang 9-pulgadang pie tin.
g) Itaas ang temperatura ng oven sa 350 degrees F. at i-bake ang crust sa loob ng 15 minuto.
h) Hayaang lumamig bago punan.

CHEESE PIE:
i) Sa isang medium-sized na kasirola, pagsamahin ang gelatin sa tubig at lutuin sa katamtamang init, patuloy na pagpapakilos, hanggang sa maging malinaw ang timpla (mga 6 hanggang 8 minuto). Malamig.
j) Sa isang malaking mangkok ng paghahalo, talunin ang cream cheese hanggang sa magaan at makinis.
k) Mash ang asul na keso at pagsamahin sa cream cheese.
l) Ibuhos ang pinalamig na halo ng gelatin sa mangkok na may keso at haluing mabuti.
m) Talunin ang cream hanggang sa matigas at tiklupin ito sa pinaghalong keso.
n) Ibuhos ang pagpuno nang malumanay sa inihandang crust.
o) Pindutin nang patayo ang mga ubas sa pie, na iniiwan ang mga tuktok na nagpapakita.
p) Palamigin ang pie ng ilang oras o hanggang itakda.

78. Norwegian Almond Pudding

MGA INGREDIENTS:
- ¼ tasa ng gawgaw
- 1 tasang Gatas
- 2 Itlog, pinaghiwalay
- 1 tasa ng Heavy Cream
- ½ tasang Asukal
- ¼ tasa ng Almendras, giniling na pino
- 1 kutsarang Rum

MGA TAGUBILIN:
a) Talunin ang mga puti ng itlog hanggang sa matigas; itabi.
b) Paghaluin ang gawgaw na may ¼ tasa ng gatas sa isang makinis na paste. Talunin sa mga pula ng itlog.
c) Sa isang kasirola, pagsamahin ang natitirang gatas, mabigat na cream, asukal, at pinong giniling na mga almendras. Pakuluan.
d) Ibaba ang apoy at ihalo ang cornstarch mixture. Magluto ng 5 minuto sa mababang apoy, patuloy na pagpapakilos.
e) Alisin sa init at ihalo sa rum.
f) I-fold sa stiffly beaten puti ng itlog.
g) Ibuhos ang timpla sa isang serving dish at palamigin.
h) Ihain kasama ng mainit na sarsa ng prutas.
i) I-enjoy ang iyong masarap na Norwegian Almond Pudding!

79.Swedish Sponge Cake

MGA INGREDIENTS:
- 4 na Itlog; hiwalay
- ½ kutsarita ng Asin
- 4 na kutsarang malamig na tubig
- 1 tasa ng harina ng cake; o 3/4 c all-purpose flour plus 1/4 c cornstarch
- 1 kutsarita ng lemon extract
- 1 tasa ng Asukal; sinala

MGA TAGUBILIN:
a) Talunin ang mga pula ng itlog na may malamig na tubig hanggang sa makapal at maputlang dilaw.
b) Magdagdag ng lemon extract sa pinaghalong pula ng itlog.
c) Dahan-dahang magdagdag ng sifted na asukal at asin sa mga pula ng itlog, at talunin nang maigi.
d) Salain ang harina ng cake ng 4 na beses, at tiklupin sa yolk mixture.
e) Talunin ang 4 na puti ng itlog hanggang sa mabuo ang mga taluktok, PERO HINDI TUYO. Maingat na tiklupin sa yolk mixture.
f) Ibuhos sa isang tube pan o isang malaking 9x13-inch flat pan, lagyan ng grasa LAMANG ang ilalim.
g) Maghurno sa isang 325-degree na oven sa loob ng 45 minuto.
h) Baliktarin ang tube pan hanggang sa lumamig ang cake.

80. Vegan Swedish Cinnamon Rolls (Kanelbullar)

MGA INGREDIENTS:

DOUGH
- 1 tasa ng unsweetened almond milk, bahagyang mainit-init (100°-110°F)
- ¼ tasa ng vegan butter, natunaw
- 2 kutsarang organic na asukal
- 1 kutsarita instant dry yeast ½ kutsarita kosher salt
- 2¾ tasa ng all-purpose na harina, hinati

PAGPUPUNO
- 6 na kutsarang vegan butter, temperatura ng kuwarto
- 6 na kutsarang organic dark brown sugar
- 1 kutsarang giniling na kanela

EGG WASH
- 2 kutsarang unsweetened almond milk
- 1 kutsarita ng agave nectar

GLAZE
- 2 kutsarang unsweetened almond milk ½ tasang powdered sugar
- ¼ kutsarita ng vanilla extract na Swedish pearl sugar, para sa pagwiwisik

MGA TAGUBILIN:

a) Pagsamahin ang almond milk, tinunaw na mantikilya, at asukal mula sa mga sangkap ng kuwarta sa isang malaking mangkok ng paghahalo.

b) Iwiwisik ang lebadura sa pinaghalong gatas at hayaan itong mamukadkad sa loob ng 5 minuto.

c) Magdagdag ng kosher salt at 2¼-tasa ng harina sa pinaghalong gatas at lebadura, pagkatapos ay ihalo hanggang sa mahusay na pinagsama.

d) Takpan ang mangkok gamit ang isang tuwalya o plastic wrap at ilagay sa isang mainit na lugar upang tumaas sa loob ng 1 oras, o hanggang dumoble ito sa laki.

e) Alisan ng takip at masahin ang ½ tasang all purpose flour sa tumaas na kuwarta. Ipagpatuloy ang pagmamasa hanggang sa mawala na lang ang lagkit nito. Maaaring kailanganin mong magdagdag ng karagdagang harina.

f) Igulong ang kuwarta sa isang malaking parihaba, mga ½ pulgada ang kapal. Ayusin ang mga sulok upang matiyak na ang mga ito ay matalim at pantay.

g) Ikalat ang pinalambot na vegan butter mula sa mga filling ingredients sa ibabaw ng kuwarta at iwiwisik nang pantay-pantay ng brown sugar at cinnamon.
h) I-roll up ang kuwarta, bumubuo ng isang log, at kurutin ang tahi sarado. Ilagay ang tahi sa gilid pababa. Putulin ang anumang hindi pantay sa magkabilang dulo.
i) Gupitin ang log sa kalahati, pagkatapos ay hatiin ang bawat kalahati sa 8 pantay na laki ng mga piraso, mga 1½-pulgada ang kapal ng bawat isa.
j) Lagyan ng parchment paper ang tray ng pagkain, pagkatapos ay ilagay ang cinnamon roll sa tray.
k) Takpan ng plastic wrap at ilagay sa isang mainit na lugar upang tumaas ng 30 minuto.
l) Piliin ang Preheat function sa Air Fryer Toaster Oven, ayusin ang temperatura sa 375°F, at pindutin ang Start/Pause.
m) Paghaluin ang mga sangkap na panghugas ng itlog at dahan-dahang i-brush ang hugasan sa tuktok ng mga cinnamon roll.
n) Ipasok ang tray ng pagkain na may mga cinnamon roll sa gitnang posisyon sa preheated oven.
o) Piliin ang Bake function, ayusin ang oras sa 18 minuto, at pindutin ang Start/Pause.
p) Alisin kapag tapos na.
q) Pagsamahin ang almond milk, powdered sugar, at vanilla extract mula sa glaze ingredients para gawin ang icing, i-brush ito sa buong cinnamon rolls, pagkatapos ay iwiwisik ang mga roll ng Swedish pearl sugar.
r) Palamigin bago ihain, o kumain ng mainit-init.

81. Swedish Puff Coffee Cake

MGA INGREDIENTS:
- 1 tasang all-purpose na harina
- 1/2 tasa malamig na mantikilya, cubed
- 2 kutsarang tubig ng yelo

TOPPING:
- 1 tasang tubig
- 1/2 tasa ng mantikilya
- 1 kutsarita almond extract
- 1 tasang all-purpose na harina
- 3 malalaking itlog

GLAZE:
- 1 tasa ng asukal sa mga confectioner
- 2 kutsarang mantikilya, pinalambot
- 1 kutsarang 2% na gatas
- 1 kutsarita almond extract
- 1 tasang pinatamis na hinimay na niyog

MGA TAGUBILIN:

a) Painitin muna ang oven sa 375 °.

b) Sa isang maliit na mangkok, ilagay ang harina; hiwain ng mantikilya hanggang gumuho. Magdagdag ng tubig ng yelo nang dahan-dahan, ihagis gamit ang isang tinidor hanggang sa magkadikit ang masa kapag pinindot mo ito. Pindutin ang kuwarta sa 10-in. bilog sa ungreased baking sheet.

c) Topping: Init ang mantikilya at tubig sa isang rolling pigsa sa isang malaking kasirola. Alisin mula sa init; ihalo sa katas. Lahat nang sabay-sabay, magdagdag ng harina; haluin hanggang maghalo. Lutuin sa katamtamang init hanggang sa mabuo ang timpla ng bola at maalis mula sa mga gilid ng kawali, masiglang hinahalo. Alisin mula sa init; hayaang tumayo ng 5 minuto.

d) Isa-isa, magdagdag ng mga itlog; talunin ng mabuti pagkatapos ng bawat isa hanggang makinis. Talunin hanggang makintab at makinis; kumalat sa pastry.

e) Maghurno hanggang sa bahagyang browned para sa 30-35 minuto; sa huling 5 minuto, takpan ng foil nang maluwag kung kinakailangan upang maiwasan ang overrowning. Ilipat mula sa kawali papunta sa wire rack; hayaang lumamig nang lubusan.

f) Glaze: Talunin ang katas, gatas, mantikilya at asukal ng mga confectioner hanggang makinis sa isang maliit na mangkok. Kumalat sa itaas; iwisik gamit ang niyog.

82.Swedish Cheese Custard

MGA INGREDIENTS:
- 2 tasang Gatas
- 2 itlog, mahusay na pinalo
- Asin, sa panlasa
- Dash ng Paprika
- 1 tasang Keso, gadgad

MGA TAGUBILIN:
a) Paghaluin ang gatas at mahusay na pinalo na mga itlog.
b) Magdagdag ng asin, paprika, at gadgad na keso. Haluing mabuti.
c) Ibuhos ang timpla sa isang well-oiled mold.
d) Takpan ng papel at ilagay sa isang kawali ng mainit na tubig.
e) Maghurno sa 350°F oven hanggang itakda.
f) Palamigin, alisin ang amag, at ihain sa lettuce na may gustong dressing.

83. Swedish Cream na may Berries

MGA INGREDIENTS:
- 1 Sobre na walang lasa ng gulaman
- ¼ tasa ng malamig na tubig
- 2⅓ tasang Whipping cream
- 1 karton Mga frozen na strawberry o 2 kahon (maliit) sariwang strawberry
- 1 tasang Asukal
- 1 pint Sour cream
- 1 kutsarita Vanilla extract

MGA TAGUBILIN:
a) I-dissolve ang gelatin sa tubig, hayaang tumayo ito ng 5 minuto para lumambot.
b) Ilagay ang cream sa isang kasirola; magdagdag ng asukal at gulaman. Painitin nang dahan-dahan hanggang sa maging creamy consistency, dahan-dahang ihalo.
c) Alisin mula sa init at palamig hanggang sa makapal. Ilagay sa refrigerator sa loob ng 30 hanggang 60 minuto upang mapabilis ang pagpapalapot.
d) Kapag bahagyang lumapot, tiklupin ang kulay-gatas at banilya.
e) Ibuhos sa mga baso ng sherbet, na nag-iiwan ng puwang para sa mga berry. Palamigin ng 8 oras.
f) Alisin mula sa refrigerator, kutsara ang mga berry sa ibabaw ng Swedish cream. Ang juice mula sa mga berry ay nagdaragdag ng lasa.

84. Danish Cones

MGA INGREDIENTS:
- ½ tasang mantikilya
- ½ tasang Asukal
- 5 Puti ng Itlog
- 1 tasang harina

MGA TAGUBILIN:
a) Cream butter, pagkatapos ay idagdag ang asukal at timpla ng mabuti.
b) Magdagdag ng sifted na harina at tiklupin ang pinigpit na puti ng itlog.
c) Ikalat ang kuwarta sa isang buttered cake pan at maghurno sa isang katamtamang oven hanggang sa napakaliwanag na kayumanggi.
d) Habang mainit-init pa, gupitin sa mga parisukat at bumuo ng Krammerhus o cones.
e) Bago ihain, punuin ng whipped cream na bahagyang pinatamis at may lasa.

85. Norwegian Christmas Pudding

MGA INGREDIENTS:
- 1 libra Mantikilya
- 2 tasang Tubig
- 6 na kutsarang harina
- 1¼ tasang harina
- 6 tasang Gatas
- ½ kutsarita ng Asin
- 1 pinalo na itlog
- 2 kutsarita ng Asukal
- kanela

MGA TAGUBILIN:
a) Matunaw ang mantikilya at tubig, pakuluan ng 5 minuto.
b) Magdagdag ng 6 na kutsara ng harina at ihalo gamit ang isang whisk. Hayaang umupo ito ng ilang minuto at tanggalin ang lumalabas na taba (ito ay gagamitin mamaya).
c) Magdagdag ng 1¼ tasa ng harina at ihalo muli.
d) Magdagdag ng gatas na pinainit. Gumamit ng electric mixer para maiwasan ang mga bukol. Habang pinupukpok, lagyan ng asin, pinalo na itlog, at asukal.
e) Ilagay ang timpla sa isang crockpot upang manatiling mainit, ibuhos ang sinagap na taba sa puding. Magdagdag ng asukal at kanela sa panlasa.
f) Masiyahan sa iyong Norwegian Christmas Pudding!

86.Swedish Lingonberry Pavlova

MGA INGREDIENTS:
- 6 na puti ng itlog
- 1 1/2 tasa ng granulated sugar
- 1 kutsarang gawgaw
- 1 kutsarita ng puting suka
- 1 tasang whipped cream
- 1/2 tasa ng lingonberry jam
- Mga sariwang lingonberry para sa dekorasyon

MGA TAGUBILIN:
a) Painitin muna ang oven sa 300°F (150°C). Iguhit ang isang baking sheet na may parchment paper.
b) Sa isang malaking mangkok ng paghahalo, talunin ang mga puti ng itlog hanggang sa mabuo ang malambot na mga taluktok.
c) Dahan-dahang idagdag ang asukal, isang kutsara sa isang pagkakataon, habang patuloy na talunin ang mga puti ng itlog hanggang sa mabuo ang matigas na taluktok.
d) Dahan-dahang tiklupin ang cornstarch at puting suka.
e) Sandok ang pinaghalong meringue sa inihandang baking sheet, humuhubog ito sa isang bilog na base ng pavlova na may bahagyang nakataas na mga gilid.

Maghurno ng 1 oras o hanggang ang pavlova ay malutong sa labas at bahagyang malambot sa loob. Patayin ang oven at hayaang ganap na lumamig ang pavlova sa loob ng oven.

Kapag ang pavlova ay lumamig, maingat na ilipat ito sa isang serving plate. Punan ang gitna ng whipped cream at itaas ng lingonberry jam.

Palamutihan ng mga sariwang lingonberry at ihain.

87. Swedish Chocolate Cake

MGA INGREDIENTS:
- 1 tasa Shortening
- 1½ tasa ng Asukal
- 3 Itlog
- 2 ounces Pagbe-bake ng tsokolate (unsweetened), natunaw
- 2 tasa ng harina ng cake
- 2 kutsarita ng baking powder
- 1 kutsarita ng Asin
- ¼ kutsarita ng baking soda
- 1 tasa Cream, mabigat
- 2 kutsarita ng vanilla extract

MGA TAGUBILIN:

a) Painitin muna ang hurno sa 325 degrees F. Mantikilya ang isang Bundt pan at budburan ng humigit-kumulang 2 kutsara ng tuyong mumo ng tinapay, na tinitiyak na ito ay nababalot ng mabuti.
b) Sa isang malaking mangkok, ihalo ang asukal at shortening.
c) Haluin ang mga itlog, isa-isa, matalo nang mabuti pagkatapos ng bawat karagdagan.
d) Haluin ang tinunaw na tsokolate.
e) Salain ang harina ng cake, baking powder, asin, at baking soda.
f) Pagsamahin ang mabibigat na cream at vanilla extract.
g) Idagdag ang pinaghalong cream at sifted dry ingredients sa pinaghalong tsokolate nang halili, simula at nagtatapos sa mga tuyong sangkap.
h) Ibuhos ang batter sa inihandang kawali.
i) Maghurno ng 50-60 minuto o hanggang sa lumabas na malinis ang isang toothpick na ipinasok sa gitna.
j) Palamigin ang cake sa kawali ng ilang minuto bago alisin.

88. Norwegian Coffee Cake "Kringlas"

MGA INGREDIENTS:
- ½ tasa ng margarin
- 1 tasang Asukal
- 1 kutsarita ng Vanilla
- 1 Itlog
- 1 tasang mantikilya
- 1 kutsarita ng baking soda
- 3 tasang harina
- 2½ kutsarita Baking powder
- 1 kutsarita ng Asin

MGA TAGUBILIN:

a) Paghaluin ang vanilla at itlog hanggang sa mahusay na pinagsama. Magdagdag ng buttermilk at soda (o 7up), at salain ang mga tuyong sangkap sa pinaghalong ito.

b) Idagdag ang natitirang sangkap, ihalo nang mabuti. Ilagay ang lalagyan sa refrigerator at palamigin magdamag.

c) Ilabas ang pinalamig na kuwarta at igulong ang maliliit na piraso sa mahabang piraso. Buuin ang mga ito sa isang figure-eight na hugis (tulad ng isang pretzel). Ibalik ang mga ito sa refrigerator para sa halos isang oras, na nagpapahintulot sa kanila na tumaas sa nais na taas.

d) Painitin muna ang oven sa 450 degrees Fahrenheit. Ihurno ang kringlas sa preheated oven nang humigit-kumulang 6 hanggang 8 minuto. Pagmasdan ang mga ito dahil maaaring mag-iba ang oras ng pagluluto sa mga kondisyon ng panahon. Dapat silang maging isang mapusyaw na kayumanggi bago alisin ang mga ito mula sa oven.

e) Ang pagpapalamig ay isang mahalagang hakbang sa paggawa ng "Kringla". Bagama't maaari mong lutuin ang mga ito nang walang pagpapalamig, ang lasa ay pinahusay kapag sila ay pinalamig. I-enjoy ang iyong homemade Norwegian Coffee Cake na "Kringlas"!

89. Danish Apple at Prune Cake

MGA INGREDIENTS:
- 5 onsa Mantikilya
- 7 ounces Caster sugar
- 2 Itlog, pinalo ng mabuti
- 3 onsa na self-raising na harina
- 4 ounces Ground almonds
- 4 ounces Gatas
- 1 kutsarita ng Vanilla
- 1 kutsarang tubig na kumukulo
- ½ kutsarita ng baking powder
- 8 Binato ang prun, tinadtad
- 4 ounces Mga shell na walnut, pinong tinadtad at hinaluan ng 2 kutsarang asukal
- 2 berdeng mansanas, kinautot at hiniwa
- 3 kutsarang Asukal
- Ground cinnamon
- mantikilya

MGA TAGUBILIN:
a) Pagsamahin ang lahat ng sangkap para sa batter sa isang food processor, patakbuhin ito ng 10 segundo.
b) Patakbuhin ang isang spatula sa paligid ng mangkok at iproseso ng 5 segundo pa.
c) Ibuhos ang batter sa isang well-buttered 10-inch round cake pan.
d) Ilagay ang prun sa batter.
e) Kutsara sa pinaghalong walnut at asukal.
f) Ayusin ang mga hiwa ng mansanas sa ibabaw ng mga walnuts.
g) Maghurno sa isang preheated 375-degree na oven sa loob ng 45 minuto.
h) Budburan ang ibabaw ng asukal at kanela.
i) Punan ng mantikilya at maghurno ng 20 hanggang 25 minuto pa, o hanggang malinis ang isang tuhog.
j) Masiyahan sa iyong Danish Apple at Prune Cake!

90. Norwegian Rhubarb Dessert

MGA INGREDIENTS:
- 1½ libra Rhubarb
- 1½ tasang Tubig
- ¾ tasa ng Asukal
- ½ kutsarita ng Vanilla
- 3 kutsarang Cornstarch
- 1 tasa ng mabigat na cream
- ¼ tasa ng Asukal
- 1 kutsarita ng Vanilla

MGA TAGUBILIN:
a) Hugasan ang rhubarb, gupitin, at gupitin sa ½ pulgadang hiwa.
b) Pagsamahin ang rhubarb sa tubig at asukal, pagkatapos ay kumulo hanggang malambot.
c) Haluin ang vanilla.
d) Haluin ang cornstarch na may kaunting malamig na tubig upang makagawa ng makinis na stiff paste.
e) Patuloy na pagpapakilos, idagdag ang cornstarch paste sa rhubarb at lutuin ng 5 minuto o hanggang sa makapal at malinaw.
f) Ibuhos ang timpla sa isang glass serving dish.
g) Talunin ang mabigat na cream hanggang mabula.
h) Magdagdag ng asukal at banilya sa whipped cream, at ipagpatuloy ang paghagupit hanggang sa matigas.
i) I-pipe ang whipped cream sa pamamagitan ng pastry tube sa mga pandekorasyon na swirls sa ibabaw ng rhubarb compote.
j) Bilang kahalili, takpan ang tuktok ng mga kutsarang puno ng whipped cream.
k) Kung mas gusto mong maghain nang walang whipped cream, maaari mo rin itong ihain na may kaunting gatas na ibinuhos sa bawat bahagi.

91. Swedish Tosca

MGA INGREDIENTS:
CAKE:
- ½ tasa ng tubig na kumukulo
- ¼ tasa Rolled oats
- ½ tasa Matatag na nakaimpake na brown sugar
- ½ tasang Asukal
- 3 kutsara Banayad na margarin
- ½ kutsarita ng almond o katas ng niyog
- 1 tasang All-purpose na harina
- ¼ tasa Egg substitute (o 1 itlog)
- 1 kutsarita ng baking powder
- ¼ kutsarita ng Asin
- ¼ tasa Rolled oats

TOPPING:
- ¼ tasa Matatag na nakaimpake na brown sugar
- 1 kutsarang harina
- 2 kutsara Banayad na margarin
- ¼ tasa ng niyog
- 2 kutsarang tinadtad na mani (opsyonal)
- 2 kutsarang Skimmed milk
- ¼ kutsarita ng Vanilla

MGA TAGUBILIN:

a) Painitin ang oven sa 350°F. I-spray ang isang 8" square pan na may nonstick cooking spray. Itabi.
b) Sa isang maliit na mangkok, pagsamahin ang ¼ tasa ng oats at tubig na kumukulo. Hayaang tumayo ng 5 minuto.
c) Sa isang malaking mangkok, pagsamahin ang asukal, ½ tasang brown sugar, 3 kutsarang margarine, almond o coconut extract, at itlog o itlog na kapalit. Talunin ng mabuti. Idagdag ang pinaghalong oat at talunin para sa karagdagang 2 minuto sa katamtamang bilis.
d) Bahagyang kutsara ang harina sa isang tasa ng pagsukat; level off. Magdagdag ng 1 tasang harina, baking powder, at asin. Talunin para sa karagdagang 2 minuto.
e) Ibuhos ang batter sa inihandang baking dish. Maghurno sa 350°F sa loob ng 25-30 minuto o hanggang malinis ang toothpick.
f) Samantala, sa isang maliit na mangkok, pagsamahin ang ¼ cup oats, ¼ cup brown sugar, at 1 kutsarang harina. Haluing mabuti. Gupitin sa 2

kutsarang margarin hanggang gumuho. Haluin ang niyog at mani kung gagamitin.

g) Magdagdag ng gatas at banilya sa pinaghalong topping at haluing mabuti.

h) Ikalat ang topping sa mainit na cake. Iprito ang 5-7 pulgada mula sa init sa loob ng 2-3 minuto, mag-ingat na huwag masunog ang cake. Iprito hanggang bubbly at golden.

i) Palamig nang bahagya sa wire rack at ihain nang mainit.

92.Panganib sa Norwegian

MGA INGREDIENTS:
- ¾ tasang bigas
- 1 kutsarita ng Asin
- 4 tasang Gatas
- ½ tasang Asukal
- ½ kutsarita ng almond extract
- 1 pint na heavy cream, hinagupit at pinatamis ayon sa panlasa
- ½ tasang Almond, tinadtad
- 1 Almendras, buo

MGA TAGUBILIN:
a) Magluto ng bigas at asin sa gatas sa isang double boiler hanggang sa lumambot ang bigas at makapal ang timpla, mga 1½ oras.
b) Magdagdag ng asukal at almond extract. Chill.
c) Idagdag ang tinadtad na mga almendras at isang buong almendras.
d) Ihalo sa whipped cream.
e) Ihain kasama ng pulang fruit sauce (raspberry, strawberry, o lingonberry).

93. Danish fondue

MGA INGREDIENTS:
- 6 ounces Lean middle bacon, inalis ang balat at pinong tinadtad
- 1 maliit na sibuyas, pinong tinadtad
- 3 kutsarita Mantikilya
- 3 kutsarita Plain na harina
- 8 likido onsa Lager
- 8 ounces Grated Havarti cheese
- 8 ounces Grated Samso cheese
- maliit na matamis at maasim na gherkin at mga tipak ng light rye bread, upang ihain

MGA TAGUBILIN:
a) Ilagay ang bacon, sibuyas at mantikilya sa isang kasirola at lutuin hanggang ang bacon ay maging ginintuang at malambot ang sibuyas.
b) Haluin ang harina, pagkatapos ay unti-unting magdagdag ng lager at lutuin hanggang lumapot, madalas na pagpapakilos.
c) Magdagdag ng mga keso, pagpapakilos sa lahat ng oras, at ipagpatuloy ang pagluluto hanggang sa matunaw ang mga keso at maging makinis ang timpla.
d) Ibuhos sa isang fondue pot at ihain kasama ng mga gherkin at tipak ng light rye bread.

94. Swedish Cheese Pie

MGA INGREDIENTS:
- 1 x Basic Pastry Pie Crust; 9"
- 2 tasang Cottage Cheese
- 3 Malaking Itlog
- ¼ tasa ng Unbleached Flour; Sinala
- ¼ tasa ng Granulated Sugar
- 1 tasang Banayad na Cream
- ½ tasa ng mga almendras; Inihaw, Pinong Tinadtad

MGA TAGUBILIN:
a) Painitin muna ang oven sa 350 degrees F.
b) Pindutin ang cottage cheese sa pamamagitan ng isang salaan. Ilagay sa isang malaking mixing bowl at talunin hanggang makinis.
c) Idagdag ang mga itlog, harina, asukal, cream, at pinong tinadtad na mga almendras. Haluing mabuti.
d) Ibuhos ang timpla sa inihandang 9-inch pastry pie crust.
e) Maghurno ng humigit-kumulang 45 minuto o hanggang sa lumabas ang isang kutsilyo na malinis.
f) Alisin ang pie sa oven at palamigin bago ihain.

95.Norwegian salmon tarts

MGA INGREDIENTS:
- 10 kutsara mantikilya
- 2 tasa harina
- Tubig; malamig
- 1 kutsara mantikilya
- 1 malaki Sibuyas; tinadtad
- 1 tasa Mga kabute; hiniwa
- ½ tasa kulay-gatas
- 1 libra Salmon fillet
- 2 Itlog; pinalo ng mahina
- 2 kutsarita Dill; sariwa, tinadtad
- asin
- Paminta
- 1 Puti ng itlog; bahagyang pinalo
- 1 tasa kulay-gatas
- 2 kutsarita Chives; tinadtad
- 1 kutsarita Dill; sariwa, tinadtad
- 1 gitling Bawang pulbos

MGA TAGUBILIN:
PARA GUMAWA NG PASTRY:
a) Gupitin ang Mantikilya sa harina na may isang pastry blender at magdagdag ng tubig, kaunti sa oras, hanggang sa mabuo ang isang matigas na masa.
b) Roll at gupitin ang itaas at ibabang crust para sa 12 tart.
PARA MAGPUPUNO :
c) Sa isang kawali, matunaw ang mantikilya, magdagdag ng sibuyas at kayumanggi. Magdagdag ng mga mushroom at kulay-gatas; kumulo ng limang minuto at palamig. Samantala, i-poach o singaw ang isda hanggang sa madaling matuklap. Alisan ng tubig ang isda at i-flake sa isang mangkok. Paghaluin ang buong itlog at dill na may isda. Timplahan ng asin at paminta ayon sa panlasa.
d) Haluin ang mga isda at ang mga pinaghalong kabute at kutsara sa ilalim na mga crust. Itaas na may pangalawang crust at kurutin ang mga gilid upang mai-seal.
e) Ipahid ang puti ng itlog sa ibabaw ng mga crust at gilid. Tusukin ang mga crust para sa singaw ng singaw.
f) Maghurno ng 10 minuto sa 450 degrees F., o hanggang sa maging golden brown ang crust.
PARA GUMAWA NG TOPPING:
g) Paghaluin ang kulay-gatas at mga panimpla.
h) Magdagdag ng isang kutsara sa bawat tart bago ihain.

MGA INUMAN

96.Diyos Hammer

MGA INGREDIENTS:
- 15 mililitro ng lemon juice
- 15 mililitro ng orange juice
- 30 mililitro Swedish punch liqueur
- 60 milliliters light white rum

MGA TAGUBILIN:
a) Iling ang mga sangkap na may yelo at salain sa pinalamig na baso.
b) Palamutihan gamit ang orange zest twist.

97.Doktor

MGA INGREDIENTS:
- 22 mililitro katas ng kalamansi
- 45 mililitro na may edad na rum
- 45 mililitro Swedish punch liqueur

MGA TAGUBILIN:
a) Iling ang mga sangkap na may yelo at salain sa pinalamig na baso.
b) Palamutihan gamit ang lime zest twist.

98. Swedish Coffee Mix

MGA INGREDIENTS:
- ½ tasa ng instant coffee granules
- ¼ tasa Matatag na nakaimpake na brown sugar
- ¼ kutsarita Ground cinnamon
- ¼ kutsarita ng giniling na mga clove
- ¼ kutsarita Ground nutmeg
- ¼ kutsarita Grated orange peel

MGA TAGUBILIN:
a) Pagsamahin ang lahat ng mga sangkap, ihalo nang mabuti.
b) Mag-imbak sa temperatura ng silid sa isang lalagyan ng airtight.
c) Pagsamahin ang 1 kutsarang timpla ng kape at 1 tasang tubig na kumukulo. Ibabaw na may whipped cream kung ninanais.

99.Swedish Spear

MGA INGREDIENTS:
- 30 mililitro ng pink na grapefruit juice
- 30 mililitro Swedish punch liqueur
- 60 mililitro ng bourbon whisky
- British bitter ale

MGA TAGUBILIN:
a) Iling ang unang tatlong sangkap na may yelo at salain sa malamig na baso. Itaas na may beer.
b) Palamutihan gamit ang grapefruit slice.

100.Danish na Kape

MGA INGREDIENTS:
- 8 tasang mainit na kape
- 1 tasa ng maitim na rum
- 3/4 tasa ng Asukal
- 2 cinnamon sticks
- 12 cloves (buo)

MGA TAGUBILIN:

a) Sa isang napakalaking mabigat na kasirola, pagsamahin ang lahat ng mga sangkap, takpan at panatilihin sa mahinang apoy sa loob ng halos 2 oras.

b) Ihain sa mga coffee mug.

KONGKLUSYON

Habang tinatapos namin ang aming paggalugad ng "NAKAKAIN NG SCANDINAVIAN BUKSAN," ipinaaabot namin ang aming taos-pusong pasasalamat sa pagsama sa amin sa culinary journey na ito sa masagana at tunay na lasa ng North. Umaasa kami na ang 100 recipe na ito ay nagbigay-daan sa iyo na matikman ang esensya ng Scandinavian cuisine, na nagdadala ng lasa ng culinary magic ng rehiyon sa iyong tahanan.

Ang cookbook na ito ay higit pa sa isang koleksyon ng mga recipe; ito ay isang imbitasyon upang yakapin ang kagandahan ng pagiging simple, ang kagalakan ng paglikha mula sa simula, at ang kasiyahang dulot ng pagbabahagi ng masasarap na sandali sa paligid ng mesa. Habang ninanamnam mo ang mga huling kagat ng mga tunay na likhang Scandinavian na ito, hinihikayat ka naming patuloy na tuklasin ang masaganang culinary tapestry na inaalok ng North.

Nawa'y bigyang-inspirasyon ng "NAKAKAIN NG SCANDINAVIAN BUKSAN" ang iyong hinaharap na culinary endeavors, at nawa'y patuloy na pagandahin ng mga tunay na lasa ng Scandinavia ang iyong kusina ng init, kagalakan, at diwa ng Nordic hospitality. Skål!

www.ingramcontent.com/pod-product-compliance
Lightning Source LLC
Chambersburg PA
CBHW071323110526
44591CB00010B/1007